மைத்தூவல்கள்

ஷர்மின் ஸ்டுவர்ட்

புக் பெஞ்சர்ஸ்

மைத்தூவல்கள்
ஆசிரியர் © **ஷர்மின் ஸ்டுவர்ட்**

முதற்பதிப்பு 2021
பக்கங்கள் 133

Published by Book Benchers 2021
Copy right © **M.S.Sharmin stuvert 2021**
All Rights Reserved.

ISBN 978-93-5533-163-2

Price: 200 Rs

ThebookBenchers@gmail.com
Contact 9944992571

Affliateded By
Aelay Publish
www.aelaypublish.com

அணிந்துரை

பேனாவெனும் தூவல்
சிதறிய மைத்துளிகள்
வார்த்தைகளாய் சேர்ந்து
தேர்ந்த வார்த்தைகளுக்கு உயிர்கொடுத்து
உளியால் உருவம் கொடுத்து
கவிதையாய் உருக்கொண்டு
கவிதை மழையாய்
உருவெடுத்தே இந்த
மைத்தூவல்கள்.

மைத்துளிகளின் ஒவ்வொரு துளிகளும் அழகு கொஞ்சும் கவிதைளே. இங்கே, மாறுபட்ட சிந்தனைகள், வேறுபட்ட கற்பனை வளங்கள் என சிதறும் பலரது கவித்துளிகளை ஒருங்கிணைத்த சங்கமமாய் கவிதைகளின் தொகுப்பு, வாசிக்க வாசிக்க இனிக்க, சிந்திக்க, உணர்வுகளை தூண்டி, கவிகளால் தாலாட்ட வருகிறது மைத்தூவல்கள்.

சிற்பியாகிடுவோம்..
தூவல் கையிலெடுத்து...

ஷர்மின் ஸ்டுவர்ட்

இவர் ஷர்மின் ஸ்டுவர்ட். தனிமை விரும்பி. இயற்கையின் ரசிகை. கன்னியாகுமரி மாவட்டத்தில் பிறந்து ஆங்கில இலக்கியத்தில் முதுகலை பட்டம் பெற்றுள்ளார். தமிழ்மீது கொண்ட ஆர்வத்தால் எண்ணங்களை கவிதைகளாய் எழுதுவதில் விருப்பம் கொண்ட இவருக்கு கதைகள் கவிதைகள் வரலாற்று நாவல்கள் வாசிப்பதில் அலாதி ப்ரியம்.

கவிஞன் மொழி

கவிதைகளின் மேல்
காதல் கொண்டேன்
கவிஞனின் மொழி
செய்த மாயமோ!
நைந்து போன
இதயத்தையும்
இதமாய் வருடியது
நெய்தல் தமிழனின்
வார்த்தைகள்!

எழுத்துக்கள்
வார்த்தையாய்
வாக்கியமாய் உருப்பெற்று
உணர்வுகளுக்கு உயிர் கொடுத்து கொண்டிருக்கிறது
கவிஞன் மொழியாய்
நெடுங்காலம் நீடூழி வாழும்
அவன் மொழிகள்
கவிதைகளாய்!

-கவிபித்தழகி

ஷர்மின் ஸ்டுவர்ட்

பச்சை வண்ண சேலைக்காரி

பச்சை வண்ணத்தில் சேலைதனை அணிந்து (விரித்து)
தன் செழுமையான கன்னங்களில் கருத்தாய் பொட்டிட்டு
பாங்காய் தன்னை அலங்கரித்து பவுசாக நடந்து வாரா

ஒய்யார கொண்டையில் ஒயிலாக நடந்து வாரா
ஒத்த கால முன்ன வைச்சு பின்ன வைச்சு
நடக்கும் அழகினிலே நாட்டியமே ஆடுவாளே
நாட்டியத்திலே பொற்காசு அள்ளி வீசுறானே வானமகன்
வானவனே வந்து காத்திருப்பான்
வள்ளி இவ நடனத்துக்கு
சொக்கனும் தோற்றே தான் போவான்
சொற்களால் சொல்ல முடியாத
மயிலவளின் அழகினை சொல்லாமல்
மனம் முழுவதும்
மணமாய் வீசும்
மண்வாசனையாய் எங்கும்
பரவி நிற்கும் காற்றினிலே !

-திவ்யாவாசன்

நொடிமுள்ளிசை

ஷர்மின் ஸ்டுவர்ட்

ஏனோ என் வீட்டுக்கடிகாரத்தின்
நொடிமுள் நகரமறுக்கிறது
புவியின் சுழற்சி தள்ளுவதால்
கோபமாக நகர பார்க்கிறதோ!
நகரும் நொடி அளவுகள்
டக் டக் டக் என செவியில் ஒலிக்கிறது
ஒவ்வொரு 'டக்' கிற்கும்
வெவ்வேறு நினைவுகள்
சரணம், பல்லவியாக மாறுகிறது
இசை இனிமை தருமென்றுதான்
இளையராஜா சொன்னார்
இங்கே அப்படி ஏதுமில்லை
நேற்று நாளை கதையில்
இன்று கவலை பாடும் பாட்டுக்கு
நன்றாக மெட்டிசைக்கிறது
அந்த நொடிமுள்.

-அருண் ஜீவானந்தம்

கொஞ்சம் கேளாயோ - என் மனமே

காத்திரு !
கலங்காதே கண்ணே
உறங்காது உன்னால் கரையுது
தூசியென எண்ணி தூர தள்ளிடு - என் மனமே !
ஏளனப்பார்வையும் தாங்க பழகிடு
எதிர்த்து ஏமாற்றிடும் எதிர்ப்பவரையும் ஒருநாள் அதுவரை
பொறுத்திடு - என் மனமே !
கைக்கொட்டி சிரிக்க கூட்டமே இருப்பினும்
கைக்கட்டி உன் முன் நிற்கும் நாள் வரும் பொறுத்திடு - என்
மனமே !
கேலி பேச்செல்லாம் நம்மை காணாது பேசிட
கேளாது நடந்திடு அடைந்திடும் பாதை மிக அருகில் - என்
மனமே !
தலைகுனிந்து நடக்காதே
தீதறிந்து பேசாது தலைதாழ்த்த செய்பவர்கள்
உன்னை
தலை நிமிர்ந்து பார்க்கும் நாள் வரும்
தாங்கிட - என் மனமே !
மூலையில் முடங்கி மும்மாரி பொழியாதே
அதையும் போலியாக்கி முடக்கிட துணிவார்கள்
ஊர் குருவியும் பருந்தென மாறி
உயரம் தாண்டிட துணிந்து வா - என் மனமே !

பிறர் தோற்கையில் தேற்றிடும் என் மனமே - என்
தோல்வியில் மட்டும் உடைவது சரியோ !
வெற்றிவரை தயங்காது தாங்கிடு
அதுவே வேர்வரை நம்மை தாங்கி வென்றிடும் –
என் மனமே !
புரிந்தும் அழுபவர் சிலர் !
புரியாது அலைபவர் சிலர் !

ஏற்று நடப்பவர் சிலர் !
ஏற்காது மறுப்பவர் சிலர் !
யாரின்றியும் பயனற்று பிணியிலே
படுத்திடலாம் - நீயின்றி யாரிருந்தும் பயனுண்டோ –
என் மனமே !
இன்றைய நிலையேற்றிடு - என் மனமே !
நாளைய நிலை மாறிடும் - என் மனமே !

ஷர்மின் ஸ்டுவர்ட்

கொலையுறும் மரத்தின் இறுதிமூச்சு

விதைப்போட்டு உயிர்க்கொடுத்தவன்
விதிமேலே பழிபோட்டு உயிரறுப்பதேனோ !

வேரென தாங்குவேனென புகழ்பாடியவனே
கருவிலே கருவறுக்கும் கொடியனாய்
வேரையும் வேட்டையாடும் வீரரானதேனோ !

துளிர்விட்ட செடிகள்
நாசி துளைக்கும் தூய்மையை
பாரெங்கும் பரப்பியவனே
பாவச்செயலென்று அறியாது சீர்குலைக்க
துடிப்பதேனோ !

மரமாய் உயர்ந்து கிளையெனப் படர்ந்து
காய் கனியென கொடுத்திட
பசியாற்றும் தாய்மையை உணர்ந்தேன்
என்றவனே
களைபறிக்கும் தீவிரத்தில் என்னையும் பறித்தெறிவதேனோ
!

தீண்டாமை ஒரு பாவச்செயல்...
தீண்டாமை ஒரு பெருங்குற்றம் என்ற வாக்கெல்லாம்
பொய்க்கும் வண்ணமே எனை கீழோனென நினைத்து
வெட்டி சாய்த்து வீராப்பாய் நிற்கிறாயே - என்னுயிரும் நீ
கொடுத்ததென்பதை மறந்தாயோ !
அல்லது !
நீ தந்த உயிரென்ற உரிமைக்கொண்டு
பலியிட துணிகிறாயோ !

நீ கொடுத்தது உயிர் மட்டுமே
என்று உனை உதறிட முடியாது - கைம்மாறாக
இலை தந்து தோரணமாகி அலங்காரமாக்கினேன்
நிழல் தந்து வெப்பம் தாங்கினேன்
கனி தந்து பசி ஆற்றினேன்
கிளை தந்து விளையாட ஊஞ்சலானேன்

இதெல்லாம் புரியாது ஏனோ
எனை அழிக்க துடிக்கிறாயே
நீயும் அறிவாய் ஒருநாள்
நானின்றி நீயும் அழிவாயென்பதை !

-பா. மாரிமுத்து

ஆழ்துளை கதறல்

விளையாட போய்வரனேனு
விளையாட்டாய் போனாய்யோ
விதையாகும் நிலத்திலே
விதியாகி விழுந்தாயோ
அழகான கனவுகளுடன்
வரவேற்ற கருவறையும்
அழியாத இருளாக
வலியாகி கணக்கிறது

பக்கம் பார்த்து போரனேனு
பாசமாக பரிந்தயோ
பாவிபுள்ள மனசிலே
பாசாங்கு செய்தாயோ
தேவையான குழியுமே
தேவையில்லை ஆனதென்று
தேடாமல் போனவருக்கும்
தோன்றவில்லையோ சமூகஅக்கறை

அஜாக்கிரதையும் அரங்கேற
அறியாமல் அலைகிறதோ
அனாதையாய் ஆழ்துளையும்
அழைக்கிறதோ உறவாட
திசையெல்லாம் திரிந்தவன்
தடுமாறி கதறுகையில்
கதியில்லா சிறு குரலும்
கணிக்கலியோ அவன் நினைவை

மீட்டெடுக்கும் மீட்புக்கருவியும்
மீத்தேனில் ஒப்பந்தமிட
மீட்டாத அவன் ஓலமும்
மிளிர்கிறது உலகெங்கும்
பதியாத பாதங்களும்
புதைகிறது மண்ணிலே
புரியாத மழலையோ
பரிதவிக்கும் சிறு கிணற்றிலே
மூடாத வாயிலோ மௌனமாய்
வரவேற்க வேண்டாத குழிகளும்
மரண குழிகளாகி பலிகேட்கிறது
பச்சிளங் காணிக்கை!

-டோ. மெர்லின் மரியா

காதலின் மொழி

முழுதாய் பகிரப்படாமலே
காத்திருக்கிறது
உனக்கான என் நேசம் !

சொற்களாகவே
உதிர்ந்து கிடக்கிறது நான்
சொல்ல விரும்பிய வார்த்தைகள் !

உணரப்படாமலே
நழுவுகிறது காலம்
நிமிடங்களாய்
நாட்களாய்
வருடங்களாய்
ஏன் யுகங்களாய் கூட !

விதைக்குள் ஒளிந்திருக்கும்
விருட்சத்தை போலவே
எனக்குள் நிரம்பிய
என் காதல் !

உன் கற்பனையின்
எல்லைக்கும் அப்பால்
விரிந்து பரவுகிறது
காற்றின் துகள்களாய் !

உருவம் அற்றும்
உணரப் பட்டுமே
வாழ்கிறது உலகில்
காதலின் மொழி !

_ரமா

விழியில் விடியலின் தீபமேற்று

பாதைகள் தோறும் ஒரப்பார்வை
விழியால் பிய்த்துத் திங்கும்
பல கண்களை கடந்தே பயணம்!

நேர்கொண்ட பார்வையில்
கவனியாது நடை போடு!

சிலநேரங்களில் சிலர்
வியக்க வைப்பர்!

விழி விரித்து வியந்திடாது
விளைந்த வீரம் வீழ்ந்திடாது
தோள்தட்டி உரமேற்று!

புன்னகை மாறா பல இழப்பினை
ஏற்றுக் கொள்ளுதலின்
பிரதிபலனே வரம்!

பெண்மைக்கு கிடைப்பதென்னவோ இவ்வரமே!

வஞ்சியெனில் அஞ்சி அஞ்சி
வியக்கும் விழியேன்
எல்லைகள் மிஞ்சுமிடத்தில்
துணிந்து நில்!

மிஞ்சியணிந்த விரலும்
வீரம் கொள்ளுமென
நெஞ்சுயர்த்தி நில்!

ஷர்மின் ஸ்டுவர்ட்

கிளையிழந்த மலர் போல
வாடிக் கிடக்காதே
வளம் செழிக்கும் உரமாகிடு!

விமர்சனங்களுப்பால்
வாழத்துணிந்திடு!

விமர்சனமே தூண்டிவிடும்
விடிவெள்ளியாய் ஒளிர்ந்திடு!

விளக்கின் தீபம் விண்ணை
நோக்கி சுடர்விட்டு ஒளிரும்!

விழியின் கூர்பார்வையில்
விடியலின் தீபம் ஏற்றிடு..

வெறுத்து ஒதுங்கும் வாழ்வில்
இருந்து ஒதுங்காது
மெழுகுபோல் அதற்குள்
அமிழ்ந்தே ஒளியூட்டுவோம்!

-பா.ஜெயப்பிரபா.

புத்தகம்

புத்தம் புதுவுலகம் இட்டுச்செல்லும்
புதிரான புதுவழிகளும் கொண்டே
சத்தமின்றி சரித்திரப் பக்கங்களில்
சாதனைகள் படைக்கும் சாத்திரம் !

புத்தருக்கொரு போதிமரம் போலே
புதுஞானம் அளிக்கும் புலமைகள்
அத்தனையும் தன்னகத்தேப் பெற்ற
அசாதாரண அறிவுப் பெட்டகமாம் !

கனவுலகிற்கு நம்மைக் கரம்பிடித்துக்
கடத்திச் செல்லும் துருப்புச்சீட்டாக
மன(ம்)முழுது மாக்கிரமித் திருக்கும்
மாயையின் மறுவுருவமே புத்தகம் !

எண்ணங்களைக் கோர்த்து எழிலான
எழுத்துகளா லெவரையும் கவர்ந்து
வண்ணச் சிதறல்களாய் வாழ்வினை
வசந்தமாக்கும் வானவில்லே புத்தகம் !

எத்தனை யெத்தனைப் பொழுதுகள்
எதிர்பார்த்துக் காத்திருந்த காலம்
மொத்தமும் கண்முன்வந்து நின்றது
மொட்டவிழும் மலரான புத்தகத்தால் !

நித்தமும் தேடியலைந்து திரிந்திருந்த
நிம்மதியை யெல்லாம் கரம்சேர்ந்திட
வைத்ததிந்த வற்றாத நீரூற்றாயிருந்து
வையம் போற்றிப்புகழும் புத்தகமும் !

ஷர்மின் ஸ்டுவர்ட்

இத்தனை நாட்களிதை உணராமலே
இருந்ததை யெண்ணி வருந்தியே
புத்தியைத் தீட்டிவைக்க நினைத்தே
புத்தகவுலகம் நாடிச் சென்றேனே !

- ஆர்த்தி தனா

மாயம் என்னவோ!

சிலுசிலுவென வீசும்
தென்றல் காற்று
என் மேனியை
தொட்டுச் செல்ல
பனித்துளிப்போல விழும்
மழைத்துளி என் கன்னம்
வருடிச் செல்ல
எனதருகிலே
நீ இல்லாவிடினும்
உன்னை நினைக்கையிலே
என் நெஞ்சில் குளுமை பரவும்
மாயம் என்னவோ!

-சிந்து நாகராஜன்

ஷர்மின் ஸ்டுவர்ட்

மழை காதல்

சில்லென்ற காற்று மேனியினை வருட
சிறகில்லாமல் சிந்தை சிறகடித்திடுமே
இருவிழிகள் இமைக்க மறந்து
இதயம் இதமாக உணரும் தருணம்

கார்முகில் விண்ணினை சூழ
கனத்த நெஞ்சம் இளைப்பாற
மழைத்தூறல் சாரலாக தீண்ட
மழலையாக மாறியதே மனம்

துளிர்விடும் தளிர்களோடு
மொட்டவிழும் மலர்களும் மகிழ்ந்திட
விண்துளி நிலத்தினை தொட
மண்வாசம் நாசியில் நுழைந்ததே

எல்லையற்ற இப்பிரபஞ்சத்தில்
எண்ணங்கள் எல்லையாகிட
ஊரெங்கும் பெய்திடும் மழையால்
உவகை கடலில் மூழ்கியதே உள்ளம்

கருவிழிகள் ஆனந்தம் கொள்ள
கருக்கூந்தல் தென்றலோடு போட்டியிட
காரணமின்றி காரிகை புன்னகைபுரிய
காதலென உள்ளமும் சொல்லியதே

-ஆ. வேதா

இனிய காலை

குளிர்ந்த காற்று
போர்வையினுள்
மறையும் மேகக் கூட்டங்கள்
முகம் காட்ட துடிக்கும் ஆதவன்
மல்லிகை மலர்ந்த வீட்டுத் தோட்டம்
கண்ணாமூச்சி ஆடும் வண்ணத்துப்பூச்சிகள்
மணம்வீச மறந்த முல்லைக்கொடி
பனி படர்ந்த புல்தரை
அதில் படுத்துறங்கும் வண்டுகள்
சத்தம் நிறைந்த மனமும்
வார்த்தைகளைத் தொலைத்து கரைந்து சென்றதே....

-நா. லாவண்யா

அம்மா

அன்பின் ஆழம் நீ
ஆரலி போன்றவள் நீ
இன்னிசை யின் ராகம் நீ
ஈடில்லா புத்துணர்ச்சி நீ
உறவின் பலம் நீ
ஊக்கம் தரும் அமுதம் நீ
எண்ணில் அடங்காத எழுத்தும் நீ
ஏட்டில் எழுதாத கவிதை நீ
ஐம்பொன் சிலையும் நீ
ஒளிரும் தீபம் நீ
ஓடிவந்து உதவும் தெய்வம் நீ
கற்பனைக்கு எட்டாத காவியம் நீ
காண விழைகின்ற தேவதை நீ
காற்றினிலே வரும் தென்றல் நீ
வசந்த கால நிழலும் நீ
வானவில்லின் வண்ணம் நீ
வண்ணம் தீட்டாத ஓவியம் நீ
வடிக்க முடியாத சிற்பம் நீ
வாசிக்க முடியாத புத்தகம் நீ
வற்றாத செல்வம் நீ
வஞ்சனை இல்லா உள்ளம் நீ
சுவாசத்தின் வாசம் நீ
ஒற்றை வரியில் உயிர் பெறும்
மந்திரம் நீ அம்மா

-குணசுந்தரி சிவா

என் முருகா

முருகா முருகா
முத்துக் குமரா
செந்தில் நாதா
வடிவேலா

அறுபடை வீட்டில்
ஆட்சி செய்யும்
தண்டபாணியே
கருணாகரா

திருபுரபவனே
திண்டல் நாயகா
இன்னல்கள் தீர்க்கும்
தீஷிதனே

மயிலோடு
விளையாடும்
அழகனே அப்பனே
அன்பழகா

அனுதினமும்
உனை துதிக்கும்
அடியவளை காத்திடய்யா

பசிப் பிணியை
நீக்கிடய்யா
அற வழியில்
செலுத்திடய்யா

சுசிகரனே
சண்முகனே
உத்தமசீலனே

ஷர்மின் ஸ்டுவர்ட்

கிரிராஜா

உன்னை நானும்
வணங்கிடுவேன்
உள்ளத்தில் ஆலயம்
அமைத்திடுவேன்

சக்திகள் நானும்
பெற்றிடவே
சக்தி பாலனை
போற்றுகிறேன்

நல்வழி காட்டும்
குருபரனை
இதயத்தின் வழியே
கண்டிடுவேன்

அய்யனின் அருளை
நான் பெறவே
பிறவிகள் எடுத்து
வந்திடுவேன்

முருகா முருகா
முத்துக் குமரா
செந்தில் நாதா
வடிவேலா

அறுபடை வீட்டில்
ஆட்சி செய்யும்
தண்டபாணியே
கருணாகரா

- பூர்ணிமா சங்கர்

செய்யோனின் காதலி

ஒரு தோட்டத்தில்
பலவண்ண மலர்கள்
மலர்ந்து புன்னகை செய்கிறது!
அதுவும் அழகு தான்
பார்க்கும் போதே வசீகரிக்கின்றன!

அருகில் சென்றால்
கிட்டே வராதே! என்று தலையாட்டுகிறதா- இல்லை
முறைக்கிறதா தெரியவில்லை

ஆனால் அதுவும் அழகு தான்
ஏன் என்றால் இமைமூடாது
நம்மையே பரவசத்தில் ஆழ்த்துகின்றதே!

அதனால் பூக்களை பறிக்காதீர்
செடியில் இருப்பது சிறந்த ஒன்று

மலர்களே மொட்டாக நீ இருந்தால்
வேயோனின் கதிர்கள் உனைத் தொட
பட்டென்று வெடிக்கும்!

ஆதவனின் அன்பை பெறுவதற்கு
ஆருயிர் காதலியாய் - இந்த மலர்கள்
தவம் மேற்கொள்கின்றன!

தன் நாணத்தின்
நாதனின் அன்பில் திளைத்து
மாலைமங்கும் வேளைவரை
அவரை நேரிடை பார்வை செலுத்தாமல்
தலைதாழ்ந்து கடைக்கண் கொண்டே நோக
இருக்கிறாள் மலர்!

ஷர்மின் ஸ்டுவர்ட்

ஆதவன் ஒளிமங்க ஆரம்பிக்கும் போதே
அவளும் துவண்டு வேதனையில்
உழன்று உதிர காத்திருக்கிறாள்!

ஆதவன் மறைந்து விட
தன் மன்னவன் சென்று விட்டதால்
தன்னுயிரை மாயித்துக்கொள்கிறாள்!

உதிர்ந்து சருகாகி மீண்டும் உயிர் பெற காத்திருக்கிறாள்
தன் வேயோன் வருகையை எதிர்ப்பார்த்து!
புன்னகை முகம் மாறாதபேதையவள்

-அநபாயன்

நாங்கள் யார்?

நாங்கள் ஆணும் அல்ல
பெண்ணும் அல்ல ஆனால்
எங்களிடம்
பெண்ணின் உணர்வுகளும்
உண்டு ஆணின் திடமும்உண்டு
அப்படியெனில் நாங்கள் யார்!

ஆணும் பெண்ணும் ஆசையுடன்
பெற்று எங்களை வீதியில்
தூக்கி எறிந்த காரணம் யாதோ!

எங்களின் பிறப்பு வரமா சாபமா எவரறிவார்!

அறிவியல் அறிந்ததை சொல்ல
ஆண்டவனோ என்னுடைய
அவதாரம் நீயென கூற
நாங்கள் யாரோ!

காட்சிபொருளாய் எங்களை தூற்றுவதை விடுத்து
நாங்களும்
உங்களவர்களே என்று
உங்களுக்கு உணர்த்துவது யார்!

பெற்றவர்களோ உதறிவிட
சுற்றவர்களோ உதாசீனப் படுத்த
மற்றவர்கள் அவமான படுத்த
ஒருசில ஆண்களின் ஆசைக்கு மட்டும் அழகா தெரியும்
நாங்கள் யார்!

மூன்றாம் பாலினம் முதுகெலும்பு
இல்லாத முடம் என்று நினைத்தீரோ
நாங்கள் முதுகெலும்பு அற்றவர்கள் அல்ல.;;

ஷர்மின் ஸ்டுவர்ட்

என்னில் இருந்து என்னைப் போல்
ஒரு ஜீவன் மண்ணில் உதித்து விட
கூடாது என்று எனக்குள் கருவறையை வைக்காது
என்னை படைத்த கடவுளின்
கருணையை சொல்லமுடியுமா!

மண்ணின் மைந்தர்கள்
ஆணும் பெண்ணும் ஆகிய
நீங்கள் மட்டுமல்ல
அர்த்தநாரீஸ்வரர்களாகிய
நாங்களும் தான் என்று
உங்களுக்கு உரைப்பது
யாரோ

அழகிய தண்மையினுள்
ஆண்மை அடங்குமே!
பிரபஞ்சத்தினை உருவாக்குவது
பெண்மையின் தன்மையோ
இரண்டிலும் சேராத நாங்கள்
இயற்கை அளித்த கொடை
அல்லவோ
உணர்ந்து உரைப்பீரோ

எங்களுக்கும் உணர்வு உண்டு
என்பதையும் நாங்களும்
மனிதர்கள் தான் என்பதை

திருநங்கைகளுக்கு சமர்ப்பணம்

-த. சுமதி தசரதன்

சிகரம் உன் இலக்கு

விழித்திரு தனித்திரு வீரம் கொள்
தோல்வியைத் துண்டாக்கி
உன் தோளில் போட்டுக் கொள்

சோம்பலை வேரறுத்து
சுகங்களை விட்டுவிட்டு சுறுசுறுப்பைப் பாதையாக்கு

முடியுமோ என்றெண்ணாமல்
முடியும் என்று துணிந்து விடு
காரியம் உனக்கு காலணியாகும்

உழைப்பில் பொழுது போக்கு
ஓய்வு உன்னிடமிருந்து ஓய்வெடுக்கும்

கனவுகளைக் கட்டிப் போட்டு
புத்தியைக் கூராக்கு
புதிய பாதை கிடைக்கும்

விலைபோகாதே அலைபாயாதே
முடிவெடு செயல்படு
உழைப்பை உரமாக்கு

வெற்றி எனும் சிகரமே உன் இலக்கு

-இரா. கோமதி

ஷர்மின் ஸ்டுவர்ட்

அழகியே

வாயாடி பெண்ணவளும்
வாயடைத்து நின்றாள்
வஞ்சி அவளின்
மழலை சிரிப்பினைக் கண்டு

தேவதை பெண்ணவள்
தமக்கையின் தங்க மகள்
இந்த சிற்றனையின்
செல்ல மகளானவளோ

பொக்கைவாய் சிரிப்பழகி
காந்தவிழி கண்ணழகி
மழலை மொழி பேச்சழகி
முத்துபல் மூக்கழகி

எந்தன் கனவுகாதலனை
ரசிக்க மறந்து போனேனடி
உந்தன் சிறுசிறு அசைவுகளையும்
இரசித்த காரணத்தினால்

பூக்குவியலாய் உன்னை
கையில் ஏந்திய நொடிதனில்
எந்தன் பூவுலகமும் புதிதாய்
பூத்து சோலையாய் குழங்கியதே

மறுஜென்மம் கொள்ளவேனடி
மீண்டும் மீண்டும் உன்னை
இரசித்து பாடிடவே நானும்
மறுஜென்மமதை கொள்வேனடி

-ஜெயதீரா

முகம் எங்கே ?

பத்து மாதம் சுமந்தவளே
போகும் உசுர மீட்டவளே !
பக்குவமா தாங்கியவளே
பாதி திங்கள் தூங்காதவளே
பாடுபட்டு வளத்தவளே !
பத்தினி என்று உள்ளுறைக்க
பாழான சாதிசனம் அதை மறைக்க
பரிசம் போட்டவனும்
படுக்க சொல்லி உனை அடிக்க !
பார்க்காத சாமியிங்கே
பட்டினி கிடந்த வயிருமிங்கே
பஞ்சமாய் கண்ணீருமிங்கே
பசி ஆறா பிள்ளையுமிங்கே !
பார்த்த தேதி மறையலையே
போகும் தேதி அறியலையே !
பார்த்த சாமி நீ தானே
பாவி நானும் அறியேனே !
பஞ்சு முகம் மறந்திடுச்சே
பாத எல்லாம் மூடிடுச்சே !
பழிச்சொல்ல கேளாம
பிஞ்சு உடல கொளுத்திக்கிட்டு
பாதி உசுரும் போயிடுச்சே !
பார்வையில தீ எரிய
பால் கண்கள் வலிச்சுச்சோ !
பாதம் மட்டும் கனலா எரிஞ்சுச்சோ
போர்த்தின மலர் கையும்
போதா வலியில வெந்துச்சோ !

ஷர்மின் ஸ்டுவர்ட்

பக்கத்துல நானிருந்தும்
பத்திய தீய அணைக்கலயே!
பட்டாம்பூச்சி வயசிருக்க
பதிஞ்ச கதை மறையலயே
பாதி தீயில எரிஞ்ச , என்
பத்தினியின் முகம் எங்கே ?

- சந்தியா பாவலன்

பௌர்ணமி நிலா

வட்டமான நிலாவே!
வெளிர் நிறமுடைய நிலாவே!

பௌர்ணமி நாளில்!.
முழுபிறையாக காட்சியளித்தாயோ!

முழுமதியாக இருந்த நாளிலேயே
பிரகாசமாக ஜொலித்தாயே!

ஒவ்வொரு வீடுகளிலும்!
மின் தடை ஏற்பட்டிருந்தாலும
வெளிச்சம் தந்தாயே!

மொட்டை மாடியில் பௌர்ணமி வெளிச்சத்தை
ரசித்தனவோ!

அன்றைய நாளை மறப்பபோமா!
எண்ணற்ற வீடுகளில்
பௌர்ணமியின் வெளிச்சம்
அங்கும் மிங்கும் பிரகாசிக்குமல்லவா!

தினந்தோறும் பௌர்ணமியை
ரசித்திடவே!

முழுபிறையான அந்நாளிலேயே!
பௌர்ணமி வெளிச்சத்திலேயே
அம்மா கையால் நிலாச் சோறு
உண்ட நாள் ஞாபகம் வந்தனவே!

ஷர்மின் ஸ்டுவர்ட்

இயல்பு நிலை

.கண்ணோடு கண்
பார்த்தால்
காதல்
என்கின்றனவோ!

கையோடு கை
சேர்ந்தாலும
செவியோடு செவி
வைத்தால்
திருமணம்
ஆனவரன்றோ
நண்பர்களோடு
ஒன்றாக
இருந்தால்
மட்டும் என்னவோ!

பெண்களை தவறான
கண்ணோட்டத்தில்
பார்க்கின்றார்களே !.
இதுயென்ன உலகமடா!

மனிதர்களது
பார்வைகள்
ஒவ்வொன்றும்
விசித்திரமானது!

தவறான கண்ணோட்டத்தில்
பார்வையிட்டாலே!
அதுவே சரியாகவே இருந்தாலும் !
தவறாக நினைக்கும்
உலகம் இதுவன்றோ!

எப்போதும் மனிதர்களை
சாதாரணமாக எடை
போற்றிட கூடாதன்றோ

அனைவருமே ஒன்று அல்ல!
ஒவ்வொருவரின்
வாழக்கையிலும்
 மாற்றங்கள்
வேறுயெனவோ!

வாழ்க்கையில்
மனிதர்களின் இயல்பு
நிலையே இதுதானடா!

ஷர்மின் ஸ்டுவர்ட்

செம்பருத்தி

செம்பருத்தி இதழே!.
எதற்காக இன்றைய
நாளில் மலராமல் போனாயோ!

எந்நாளும் புன்னகைத்து
கொண்டே மலர்ந்தாயே!

ஒவ்வொரு நாளிலும் எண்ணற்ற
பூக்களை காணசெய்வாயே!.

இன்றைய தினம்
வாடிப்போனாயே!
மழைப் பெய்யாததால்
கோபமா!

செடிகளுக்கு தண்ணீர்
பாய்ச்சாதது தான் காரணமாம் !

மன்னித்து விடுவாயோ!இதழே!
 என் அழகு
செம்பருத்தி இதழே!

முகமலர்ந்தபடியே
இருக்கிறாயோ!
உன் பூவிதழ்கள்
பல மருத்துவ குணங்களாகியதே!

செம்பருத்தி இதழே
பெருமைபடுத்தி கூறவே
வார்த்தைகள்
இல்லையென்பேனே!..

செம்பருத்தி இதழ்களைத்
தொட்ட மறுகணமே!

புன்னகையில் மலர்ந்ததனவோ! என்னதொரு
ஆச்சரியமல்லவா!

இதழ்கள் மௌன மொழியில் சிலுசிலுவென ஆடியதன்றோ!

நீ என்னை தொடாமல் சென்றாயே! அதனால் அல்லவோ!

செம்பருத்தி இதழ்கள்
மௌனத்தால் புன்னகையிட்டதே!
எனது விழியால் உணர்வேனே.
என்றென்றும் மலர்வாயோ

-M. Veeralakshmi

பசலை நோய்

மாயோள் நங்கையே கொடிப்போன்று தேகம் மெலிந்து!
அதில் சுற்றி வளைத்திருந்த இளம்சிவப்பு
சேலையின் கொசுவத்தை இழுத்து
பொய்யோ எனும் இடையில் சொருகி!
வஞ்சியவளின் கேசம் கலைந்த போன
மயிரிழைகள் ஒன்றிணைத்து சுருட்டி
கொண்டையிட்டதாலும் !
அதில் ஒட்டாது ஒரு சில கற்றை குழல் அசைந்து அவளின்
வதனத்தின் தெரியும் சோகம் கண்டு ஆதரவாக ஆட !
தாமரை தண்டினைப்போன்று
வளைந்தும் உருண்டும்அழகியக் கைகள் !
கூம்பிய ஆம்பல் போன்று மெல்லிய
விரல்கள் தேகத்தோடு ஒட்டி இருக்க!
அதில் அணிந்திருந்த கண்ணாடி வளையல் ஓசையும்!வீசும்
காற்றில் பூக்களின் நறுமணம் பரப்பி அவளின்
சோகத்தை போக்க முற்படுகிறது!
இடை வளைந்து தலை சாய்த்து
ஒருகை கொண்டு கதவை பற்றி இருக்கிறாள்!
ரகசியம் பேசுகிறாள் மடவாள் பசலை நோய் கொண்டு !
கயல்விழி இரண்டும் மென்
சோகம்கொண்டு கண்ணீர் தடம் கோலமிட!
தத்தளிக்கும் மனதின் தனல் குறையாது மோனச்
சிலையாக நின்றிருந்தாள் சிலையோ சிற்பமோ!
தலைவன் வாணிபம் செய்ய தூர தேசம்
சென்றுவிட்டான்!விரைந்து வருகிறேன் என்ற சொல்லில்
உயிர் வாழ்கிறாள் இந்த மடந்தை காத்திருக்கிறாள்!

மாயவனனின் அன்பு மீரா

கண்ணவனின் மாயம் செய்த
வேய்ங்குழல் செவிப்பறையில்
மோதி சித்தத்தை
நிலைகொள்ளாது செய்கிறது
இனிய கீதத்தின்
மெய்மறந்து ஆடுகிறாள்
நிலவொளியில் ஒரு நங்கை
அவளது விழிகளில் தெரிவது
என்னவோ பரவசமோ
மகுடி இசைக்கு மயங்கும் அரவம்
போல் புல்லாங்குழலிசைக்கு மயங்கி
மங்கையவளின் இதயத்தில்
புதிய இரத்தம் பாயச்செய்கிறதே
கருமை நிற கண்ணா
திருமணம் வேண்டாம் என்று
அந்த மாயவன் மட்டுமே
என நினைத்து வாழ்ந்தவளுக்கு
திருமணம் முடிகிறது ஆனால்
அவளோ மாயவனின் பக்தியின் திளைத்து
இனிய இசை காற்றில் கலந்து
அவளிடம் வந்து சேர்க்கிறது
தூயவனின் தூவி
தன்னை மறந்து
கண்ணா என்ற இனிமையான குரலால்
பாடிய பாடலில்
அவளது மலர்போன்ற கைகளில்
தவழ்கிறது கலாபம்
காவி உடைப்பூண்டு
கண்ணனின் நாமத்தை
இடைவிடாது ஜெபிக்கிறாள்

ஷர்மின் ஸ்டுவர்ட்

இங்கு ஒரு பேதை தன் வாழ்நாளின் இறுதிவரை
அவனின் நினைவாலே
அவன்தான் பல மாயங்களை செய்திடுவான் மாயவனே
மனம் கொண்ட மணாளனே
நீலங்களின் எழில் வண்ண கருநீலனே
உன்னை ஒருமுறையாவது
நின்முகத்தை கண்டநொடி
என் உடலை விட்டு ஆவி அக்கணமே பிரியட்டும்
இப்புவியில் இனியேனும் எமக்கு
பிறவிகளே வேண்டாமடா உன் பாதசரணமே
என் பிறவிப்பயனோ
பேதம் கொள்ளாமல் வருகிறதடா
பேதையவளின் தூய அன்பு கொண்ட நெஞ்சம்
மாயம் செய்கிறாய் மேகவர்ணா
மாயங்கள் பல புரிந்திட்டு வெற்றி கண்டாய் ஆனால்
தூயவனின் உள்ளத்தை அசைத்து பார்த்தது என்
இதயத்தின் இடைவிடாது உச்சரிப்பு
ஒன்றே இனிய கீதத்தின் இசையோ
மீராவின் தூய அன்போ மனமோஹனா
என் மனதை கொள்ளை கொண்ட ஆளுமையின் மயூரனோ
மாயவனோ

(தூவி ,கலாபம்-மயில்தோகை)
-Subha. V

வாழ்ந்து பார்!

திண்டாடும் மனதில் மரணம் வந்து கொண்டாடும்

மனிதா நீ என்றும் கோழை அல்ல
மரணம் என்பது தீர்வல்ல

உனக்குள்ளே கிடைப்பது தான் கோழைத்தனம்
உன்னையும் தாண்டி வெளியே வா

உலகத்தை நேசி
உன்னையே நீ வாசி

விளையாடவே வந்துள்ளோம்
விடை பெற பார்க்காதே

வாழ்க்கை உன்னை வாசிக்கும்
வாலிபம் உன்னை நேசிக்கும்

துன்பத்தை துடைத்தெறி
இன்பத்தை இரட்டிப்பாக்கு

வாழ்ந்து விடு வாழவும் விடு
நேசித்த மரணத்தை வென்று விடு!

பெ.சிவனேஷ்வரன்

ஷர்மின் ஸ்டுவர்ட்

வேடிக்கை மனிதன்

மழை நேரத்தில் வீசிடும்
வெயில் ஒன்றினுள்
வண்ணங்கள் பல ஒளிந்துள்ளதே !

அங்கே வான் மேலே மிதிக்கின்ற
முகில் கூட சிறு காற்றுக்கு
மலை தேடும் புதிதல்ல !
வலி இல்லாமல் வழி இல்லையோ !

புல்மேலே பனித்துளி
சிறுநேரம் தூங்கிடும் அதையே
பொற்காலம் என்றெண்ணி
புல்லும் தூங்கிடுமே !

ஒருசில இரவினில்
நிலவும் கூட விலகிடும்
அங்கே மின்மினியும்
ஒளி கொடுக்கும் !

கடல் நீரின் மேலே
கருவுரும் மழை நீர்
தாகம் தீர்ப்பது பிழையோ !

இயற்கை என்னும் அழகினிளும்
இவ்வளவு வேடிக்கை எனில் !
உயிர் கொண்டு வரும்
எந்தன் வாழ்வில் இங்கு
எத்தனை வேடிக்கையோ ?!

-Balaji M

எண்ணம் போல் வாழலாம் வா

விதியென்று வாழாதே மனிதா
மதிகொண்டு விதி வெல்லலாம் மனிதா

சதி செய்து வாழ எண்ணாதே மனிதா
நீ செய்த சதியே உனக்கெதிராகும் மனிதா

கதியென மூலையில் கிடக்காதே மனிதா
முயற்சியே வெற்றிக்கு வித்து மனிதா

பாவம் உனை சூழுமென அச்சம் கொள் மனிதா
நன்மை செய்து புண்ணியம் சேரடா மனிதா

பேராசை என்றும் கொள்ளாதே மனிதா
அதுவே உன் வாழ்வை பாழாக்கும் மனிதா

அச்சம் தவிர்த்து வாழுடா மனிதா
உச்சம் தொடும் சிகரம் அடை மனிதா

கருணை மனம் கொண்டு வாழுடா மனிதா
தெய்வத்தின் ஆசிதனை பெறுவாய் மனிதா

பிறரை மதித்து வாழப் பழகுடா மனிதா
உன் மதிப்பும் பிறரிடம் உயருமடா மனிதா

நம்பிக்கை உன்மேல் கொள்ளடா மனிதா
தொட்டதெல்லாம் வெற்றி தானடா மனிதா

எண்ணங்களை வண்ணமயமாக்கு மனிதா
வாழ்வை சிறப்பாக வாழலாம் மனிதா!

-சுரேஷ்.வி.பி

ஷர்மின் ஸ்டுவர்ட்

முயன்றால் முடியாதது எதுவுமில்லை!

உழைப்பை நேசி களைப்பும் சுகமாகும்
களைப்பை நேசி உழைப்பும் வளமாகும்
தோல்வியை சுவாசி வெற்றி நிஜமாகும்
வெற்றியை சுவாசி தோல்வி நிழலாகும்
முயற்சியை கூட்டு பயிற்சி எளிதாகும்
பயிற்சியைத் தீட்டு முயற்சி பலன் ஆகும்
முயற்சிக்கு முன்னால் தயக்கம் வேண்டாம்
முயன்ற பின்னர் கலக்கம் வேண்டாம்
முயற்சித்து கரத்தை உயர்த்து
வெற்றிக் கனியைப் பறிக்கலாம்!

-பெ.சிவனேஷ்வரன்

அவள் ஒரு மேனகை

வானத்து விண்மீனாய் தன்னையே
உயிர்பித்து மிளிரும் உள்ளம் அவள்
வானளவு உயர்ந்தாலும் குணத்தில் முகிலினும் மென்மை
அவள்
பேசுவதில் புதைந்த விதையாய் தானே துளிர்த்த கவிதை
அவள்
கண்களினால் பல ஜாலங்கள்
கூறும் வித்தாகி அவள்

துயரங்களில் விகசனம் பூத்து
நிற்கும் அதிசைய பதுமை அவள்

தீயிட்ட வலிகளையெல்லாம் விதியில்
சுமத்தி சங்கடத்தை விடுவித்து கொண்ட புதுமை அவள்

தன்னையே மறந்து திரையிட்டு
நெற்றி திலகத்தில் அடங்கியே போகிறாள் அவள்

-லெ. சங்கவி

ஷர்மின் ஸ்டுவர்ட்

பிரம்மனின் சிற்பம்

கருப்பு வண்ண ஆடை யணிந்து
கடற்கரை கற்களிலே
கலையின் கர்வமாக
செதுக்கிய சிற்பமாக
நின்றாயடி!

உனது ரசிகன் நானோ
சிற்பமென மெய்சிலிர்த்து ரசித்தேனடி!

சிறு அசைவில் உணர்ந்தேன்
இது சிற்பமல்ல
பிரம்மனின் படைப்பென்று!

-செ. வசந்தகுமார்.

என்னவளின் தூவல்கள்

என் நிழலாக அவள் வாழ்கிறாள்
இருப்பினும் ஏன் என் கிறுக்கல்கள் எல்லாம் அவளாகவே
வலம் வருகிறாள் என்று வியக்கிறேன்
பதில் தெரியாமல்
அவள் பூசும் மை
என் தூவலின் மை என்பதாலோ அவள் என் கிறுக்கல்களின்
தாயாக இருக்கிறாள்

- அருணா தனசேகர்

மாறிடு என் இனமே!

வீறு கொண்ட எம்தமிழா
வீரம் மழுங்கிப் போவதா
வித்தைபல செய்த நீயும்
வீணில் வீழ்ந்து போவதா!

நிலைமாற மனம் மாறும்
நீதி தனை உணர்ந்திட்டால்
நிலை பேறு பெற்றிங்கு
நீடு நாளும் வாழலாம்.

பகைஞனவன் குழி பறிக்க
பச்சோந்தியாய் மாறிட்டால்
பரிதவிப்பை விட்டு நீயும்
படிப்படியாய் உயர்ந்திடு.

மாற்றம் பெற்று மறுநொடியே
மங்குல் கடந்து வென்றிடு
மதி பெருக்கிச் செயலாற்றி
மல்லல் கொண்டு நிமிர்ந்திடு!

உலகம் உறையும் வழிசென்று
உச்சம் நீயே தொட்டிடு
உம்பல் போல உறுதிகொண்டு
உன் இனத்தைக் காத்திடு!

சிறுமை குணம் விட்டொழித்து
சுமை இன்றி வாழ்ந்திடு
சீலம் காத்து நாடோறும்
சீறு கொண்டு நடந்திடு!

இழுக்காறு தனை மறந்து
இன்னல் இன்றி இயங்கிடு
இமியளவும் சோம்பலின்றி
இறும்பி போல இயங்கிடு!

நடலை விட்டு நல்லதுவாய்
நன்மை கோடி செய்திடு
நிலைமாற குணம் மாற
நீயும் வித்தைத் தூவிடு!

குணமாற்றம் பெற்று நீயும்
குவலயமே வென்றிடு
குற்றமின்றி குருதியின்றி
குலம் செழிக்கச் செய்திடு!

-உமாதேவி வீராசாமி

என் தாய்மையின் வரமே

தாய்மை என்பது ஓர் வரம்
பல ஆண்டுகள் கழித்து கிடைத்ததே வரமாய் என்
கருவறையில்!

ஊரார் கேலிபார்வைக்கும்
புகுந்த வீட்டின் ஏளனபேச்சிற்கும் முற்றுப்புள்ளி வைக்க
அடிவயிற்றில் குடிகொண்டது ஓர் சிசு

ஆனால் யார் கண்பட்டதோ
தெரியவில்லை இத்தனை
ஆண்டுகள் சொப்பனத்தில் கூட கிடைக்காது என்று
நினைத்த
வரம் கையில் தவிழ போகிற
இன்பத்திற்கு சாபக்கேடாய் வந்து விழுந்தது அவ்வார்த்தை

கலைத்து விடு என்ற வார்த்தைக்கு
பதில் இறந்து விடு என்று கூறியிருந்தால் கூட நிம்மதியாக
சென்றிருப்பேன் இவ்வையகம் விட்டு

ஊனமாய் பிறக்கப்போகிறது என்று
என் சிசுவை கலைக்க நினைக்கும்
என்னை சுற்றி இருக்கும்
அற்பப்பதர்களிடமிருந்து
என் உயிருக்கு உயிரான உயிரை காப்பேன்

ஊனமாய் பிறந்து
இவ்வுலகில் சாதித்த மாமனிதர்களை போல்
என் பிள்ளையும் வளர்த்து காட்டுவேன் என்று
சபதம் விடுகிறேன் ஒரு தாயாய்

-ஆன்றனி ஜெரிஸ் நிவோஷா

ஒர் தமிழ்க்கொடியின் படரோவியம்

அங்கொன்னும் இங்கொன்னும் வேல தொட்டு
அருமையா செழிச்சு
பொதி சொமக்க உடாம
பொத்தி பொத்தி வச்ச மல்லி
வார்த்தை கண்டு வாடா மல்லி
ஆனா அது சுடு வார்த்தையே இங்கு காணா மல்லி
மலர்ந்து கெடந்த ஊட்டுக்குள்ள
அவளை வசை பாட இங்கு ஆளுமில்ல
வசை பாடுனாலும் அடுத்து பேச வாயுமில்ல
அடச்சி தான் புடுவாரு
மீசையொண்ணும் முறுக்கமா
வீரமும் வெளைஞ்சு தெரியாம
புள்ளைக்கு ஒன்னுனா
வெவகாரம் புடிச்ச ஆளு அவரு
முருகஞ்செட்டி.
அவருக்கு ஏத்தவுக புருசன் பேர சொல்லாத
புத்திக்குள்ள புருஷன தவற வேற ஏதும் ஓடாத
வீட்டையே காவ காக்கும் தெய்வமம்மா வள்ளியம்மா
அப்பனுக்கு தப்பாம அவுளுக்கு அரணா
கூட ரெண்டு அண்ணன்மாரு
கொடிக்கு தொணையா
கலந்து கூடி பகுந்து கிட
கடக்குட்டி சின்னக்கொடி
ஆகமொத்தம் அவுக நாலுபேரு

பொத்தி பொத்தி வெச்சோமுனு
கண்ணுக்குள்ளயே வெச்சிகிட
கட்டி வெச்சாக அத்த மவனுக்கு
அந்த வெள்ளிவீர காட்டுக்குள்ள
வெளைஞ்சி நின்ன செல்ல கொடிய.

ஷர்மின் ஸ்டுவர்ட்

படர்ந்து விட்ட கொடியம்மா
பறந்து போச்சு கங்குக்கு
சொல்லிகிட ஒண்ணுமில்ல
சொன்னாலும் ஓயாத கத
அவருமங்கு படிச்சவுக
பட்டணத்து நாத்திகம்
ஆத்திகமும் சேர்ந்துச்சி
பவுசுக்கொண்ணும் கொறச்சல் இல்ல
காரணம் பார்த்தா அவரு ஆண் புள்ள
போட்டாராய்யா ஒரு போடு
"ஆஃப்டர் ஆல் நீ ஒரு பொம்பள"
அடிச்சதங்கு மண்டைக்குள்ள
அதையும் தாண்டி ஏக கொடும
சொல்லி அழ ஆளுமில்ல
சாஞ்சிகிட தோளுமில்ல
மறச்சி மறச்சி வாழ்ந்தாய்யா
சகிச்சிக்கிட்டு கொஞ்சநாளு
தாங்கா முடியா ஒரு சொல்லு
அதுக்கப்புறம் கொடிக்கும்
படர விருப்பமில்ல
விருப்பமே இருந்தாலும்
நாலா பக்கம் முட்டு செவுரு
அத்தையம்மா அவுக.
அத்த தம் புள்ளைக்கு வழி செஞ்சு
தூக்கி வளத்த அன்னக்கொடிய
முள்ளுக்குள்ள படர விட்ட
மனசு நெறஞ்ச அத்த

காலமும் போணுச்சி
கையும் காஞ்சிச்சி
வந்த கொடி

வளஞ்ச கொடி
நெருப்புக்குள்ள
நின்னாலம்மா .வயசுமங்கும்
நெரம்பாத கொடிமுல்ல.
எல்லாம் ஆஞ்சு தெரிஞ்சு
ஒத்த உசுர வெச்சிகிட்டு
இங்கொன்னும் வேல இல்ல.
அசட்டையா இருந்த புள்ளப்பூச்சி
புள்ளைக்கு ஒன்னுனா
சாரா பாம்பா படமெடுத்து
போட்டதம்மா ஒரு சபதம்
பயபுள்ள ஒருத்தனும் மல்லுக்கு நிக்க முடியல
வள்ளியம்மா முன்ன

வெதக்கி வெச்ச வெத
நெல்லு வகுத்துக்குள்ள
சுதி பாட வந்தானம்மா
ஆலயமணி அடிக்க
பள்ளிவாசல் நபிகள் ஓத
கண்ணன் கதைய கேட்டுகிட்டே
கலி தேடி காளியோட
உக்கரத்தோட ஒரு மகவு.

அப்படியே உட்டுப்புடாம
தவமா மாத்துனா
அந்தாத்தா கருமாரி
இப்ப அவ தேவயோகி
எல்லாம் தொறந்தவன் யாரு இங்க
ஒண்ணுமே தொறக்கமா பொறந்ததம்மா
ஒரு வரலாற்று கருவான-உருகத

ஷர்மின் ஸ்டுவர்ட்

வரலாறா ஆயிப்புட்டா
திக்கில்லா காட்டுக்குள்ள
ஆனா ஒண்ணுமே தெரியாத மூஞ்சியம்மா
ஆயிரம் முனிங்க இங்க வந்தாலும்
நெருங்க முடியா தவமம்மா.

எத்தனையோ சொல்லிப்புட்டு
கட்டுனவுன உட்டுப்புட்டா
என்ன கெடக்கு
யாத்தே இங்கென்ன
கெடக்கோ,கெடக்கலயோ
அந்த சாமி அங்க கெடக்கு
அது போதும் எஞ்சாமி

ஆயுசு முட்டும் ஒருத்தியே
போதுமடா அள்ளி அழுக,
நெசத்த சொல்ல,நெருப்ப பாக்க
நீரோட சிலுக்க
ஒத்த முத்தம் பதிச்சிக்கிறேன்
என் தாயி அது ஒண்ணே
போதும் தாயி எங்காத்தா கண்ணனூர் காளி

மாரியா வாம்மா எங்க செல மாரியம்மா
எங்க அத்த குளிர்த்துட்டு போம்மா
வறண்டு கெடக்கு வாடாத
வானம் பார்த்த பூமியும்.
பூமி பார்க்குது வானத்த
பூவ தூவு நாங்க செழிக்க.
வாங்கப்போறோம் நாங்க வீட்ட
வைக்கப்போறோம் நாங்க பேரு

தமிழம்மா இல்லம்
பேரு சொல்லும் புள்ளையா வளர்ந்து
நின்னவன் பேரு எப்பயுமே தமிழன்னையின் மைந்தனம்மா
இப்புடி உசுரோட கலந்த கண்ணீர காகிதத்துல
மையா தீட்டிகிட்டு இருந்தான் அந்தப்பய
தமிழோட தனயனம்மா.

எத்தனையோ பணிகளுக்கிடையில் யதார்த்தமாக
மேசை மேல் வைக்கப்பட்டிருந்த
அந்த கிழிந்தும் கிழியாததுமாய்
பழைய காகித வாசனை முழுதும் படர்ந்து,
நாசிக்குள் நிறைந்து,
கண்ணீரில் கரைந்து,
நெஞ்சத்தில் நிழலாக
ஓடிக்கொண்டிருந்த அந்த
தன்னால் முதன்முதல் எழுதப்பட்ட
தங்கள் ஆதி கதையை படித்து முடித்த
மாவட்டஆட்சியாளரோ
புன்னகைக்கும் இதழ்களோடு
விழிகளில் சிதறிய நீரை
சில்லிட்டு நோக்கிய படியே
அன்னையவள் மடிதேடி
மீண்டும் பலவருடங்கள் பின்சென்று
தோளில் சாய்ந்த குழந்தையாய்.

- தனுவிஷ்ணு

ஷர்மின் ஸ்டுவர்ட்

தனிமை

சுட்டெரிக்கும் வெயிலில் என் பயணம் தனியே தொடர
நிழல் கூட இல்லை துணையாக!
விதி விட்ட வழி என நினைக்க வரங்கள் கூட சாபமாய்
மாறியது சில நேரம்!
'நல்லவர்' என்று எனை
சொல்லாதவர் எவருமில்லை!
இங்கே நடந்த நன்மையில் எனக்கு எதுவும்
சொந்தமுமில்லை!
எதிரிகள் என்று யாருமில்லை!
இருந்தபோதும் அன்பை
எதிர்பார்ப்பின்றி தர எவருமில்லை!
விரும்பிய எதுவும் கிடைத்ததுமில்லை!
விரும்பியதை எனக்காய் கொடுத்திட
விரும்பியவருமில்லை!
விருப்பங்களுக்கு முற்றுப்புள்ளி வைக்கவும் இல்லை!

இருந்தும் விருப்பங்கள் எதுவும் விளைவதுமில்லை!
பாசத்துக்கு முன் நான் வேசமிடுவதுமில்லை!
பரிவு காட்டி பேசிட பந்தமுமில்லை!
எனக்கென்று சொல்ல ஓர் உயிருமில்லை!
ஆகையால் எனக்கு உணர்வுகளை வளர்க்கும்
ஆசையுமில்லை!
யாருமற்ற தனிமையில் யோசிக்கையில்
தனிமை மட்டுமே நிலையான சொந்தமும் ஆனது!
நிரந்தரமான இன்பமும் ஆனது!
நிலையில்லா உலகில் என்றும் நிலையான துணை தனிமை!

என் பயணத்தின் தேடல் நீ

நான் சிரிக்கும்பொழுது
தன் கவலைகளை மறைத்து
என்னோடு சேர்ந்து சிரிப்பவன்!

நான் அழும்போது அத்தனையும்
கடந்து வர உன்னால் முடியுமென
என்னை தேற்றுபவன்!
எல்லாம் தெரிந்தபோதிலும்
நான் கூறுகையில்
ஏதும் அறியாதவனாய் கதை கேட்கும்
மழலை போல் தலையாட்டுபவன்!
எனக்கு தெரியாதவற்றை
எள்ளளவும் புன்முறுவல் மாறாது
எடுத்து சொல்பவன்!
தன் கோபம் எவருக்கும்
துரும்பளவும் துன்பம் தரக்கூடாதென
கோபத்தை அடக்கும் வித்தையை கற்றுணர்ந்தவன்!
என் கோப வார்த்தைகள்
காயப்படுத்தும் போதும்
புன்னகையை கொண்டு
காயத்தை மறைத்திடுபவன்!
வெற்றுக்காகிதத்தையும்
வார்த்தைகள் என்னும் விதைகளை தூவி

கவிதை மரமாய் மாற்றும் அளவிற்கு
திறமை கொண்டவன்!
தவறுகளை மன்னிப்பதில்
தாயை மிஞ்சியவன்!
பாசமாய் தண்டிப்பதில்

ஷர்மின் ஸ்டுவர்ட்

பார் மறக்கச்செய்பவனவன்!
வாதங்கள் நான் செய்யும் போதும்
வார்த்தைகளை கண்ணாடிபோல்
கவனமாய் கையாள்பவன்!
என் வார்த்தைகள் முள்ளாய்
குத்திய போதும் குருதியை
மறைத்து குறும்புன்னகையை
உதிர்ப்பவன்!
குற்றங்கள் ஏதும் இல்லாத போதும்
உறவை வளர்க்க மன்னிப்பு
கேட்க மறக்காதவன்!
உன் உறவே வேண்டாம் என சொல்லும்
மனங்களை கூட உண்மையான அன்பால்
நொடிப்பொழுதில் கட்டி இழுத்திடும்
அளவில்லா அன்பாளன்!

கனவில் கூட காணாத கதிரவன் உனக்காக!

நினைவில் மட்டும் அல்ல
நிஜத்திலும் காத்திருக்கும் நிலவு நான்!

உனை சேரும் நாளுக்காக!

சலிக்கவில்லை நீ எனக்கு

இன்பத்தில் இடையூறாய்
இல்லாத போதும்!
துன்பத்தில் என்னைத்தாங்கி
தோள்கொடுத்த போதும்!
அரவணைப்பில் அன்னையாய்
மாறிய போதும்!
அறிவுரையில் ஆசானை
மிஞ்சிய போதும்!
வழிகளில் துணையாய்
வந்த போதும்!
வார்த்தைகளில் என்னை
வர்ணித்த போதும்!
அன்பில் என்னை முழுதுமாய்
ஆட்கொண்ட போதிலும்!
சலிக்கவில்லை நீ எனக்கு!

ஷர்மின் ஸ்டுவர்ட்

முடிவில்லா பயணம்

முடிவு தெரியாத நம் பயணத்தில்
நீ எனக்கானவன் இல்லை என

விலக நினைத்தாலும்
விடைபெற முடியாத
உன் நினைவுகள்!

பிரிய நினைத்தாலும்
பிடிவாதமாய் கேட்கும்
உன் புன்னகையின் ஓசை!

சண்டை பிடித்தாலும்
சரணடையச் செய்யும்
உன் அன்பு!

கண் கலங்கினாலும்
ஆறுதல் சொல்லும்
உன் பாசம்!

மீண்டும் இழுத்து
வந்து விடுகிறது
உன்னுடனான பயணத்தில்
என்னை முழுதுமாய்!

-சுபா

பட்டயம் எழுதிடு

இயல் தமிழாய் வந்து
கயல் விழி நுழைந்தவனே
முத்தமிழாய் வந்து
புத்தியில் உறைந்தவனே
இசைத்தமிழாய் வந்து
அசைத்து விட்டாய் வஞ்சி நெஞ்சை

சூட்டையும் தாங்கிடுவேன்
குளிரையும் தாங்கிடுவேன்
ஆனால் உன் பார்வை
வருடி செல்லும் இடங்களிலெல்லாம்
புதுவிதமான உணர்வு தோன்றி
என்னை உயிரோடு கொன்றுவிடுகிறதே

சிறைகூட தண்டனை காலம்
முடியும் வரை தான்
உந்தன் விழி சிறைக்குள்
ஆயுட்கைதியாக அடைக்கப்பட்ட
எனக்கு எப்போதும் விடுதலை
கொடுத்து என்னை வெளியேற்றிடாதே

மகுடிக்கு அடங்கி போகும்
பாம்புகள் மகுடி மேலுள்ள
பயத்தால் அடங்கி போவதில்லை
இனிய நாதத்தாலே கட்டுப்படுகின்றன
அதே போலத் தான் நானும் உந்தன்
குரலிலால் ஆட்கொள்ளப்பட்டு விடுகின்றேன்

ஷர்மின் ஸ்டுவர்ட்

அப்பா கையை பிடித்து நடைபயிலும்
மழலை எச்சந்தர்ப்பத்திலும்
கையை உதறிடாது தன் பாதுகாப்பு
அவர் கரங்கள் என்பதை உணர்ந்திருக்கும்
நானும் உன்னோடு கோர்த்த கரங்களை
உதறி விட்டு செல்ல பைத்தியக்காரியல்ல

அழும் சிசுவானது தாயின்
மார்புச் சூட்டு கதகதப்பை அறிந்து
நிம்மதியாய் துயில் கொள்வது போல
எனக்கும் உந்தன் மார்பில்
அடைக்கலம் கொடுத்து அரவணைத்திடு
எனக்கு மட்டுமே எனவும் பட்டயம் எழுதிடு

-ஆரா

கண்ணிற்கினிய காட்சிகள்

காற்றில் வரும் மெல்லோசையைக் கேட்டு!
மனதில் இருந்த கவலைகள் காற்றில் பறக்கும் இறகு போல்
பறந்து போயிற்று!
செந்நிறக் காலைப்பொழுதில் !
செங்காந்தள் மலரின் நுனியில்!
வண்டுகள் ரீங்காரம் பாட!
பனித்துளிகளோ நழுவி விழ!
அவ்வேளையிலே!
குயில்கள் கூவிக்கொண்டும்!
மயில்கள் அகவிக்கொண்டும்!
பறவைகள் வானில் பரவசமாக சுற்றிக் கொண்டும்!
முகில் தோப்பில் முயல்கள் விளையாடிக் கொண்டும்!
அருகம்புல்லின் அழகை கண்டு இரசிக்க வந்த
வண்ணத்துப்பூச்சிகளின் கூட்டம்!
அடடா!! என்னவொரு அற்புதமான நிகழ்வுகள் என
தொலைவில் இருந்து இளஞ்சூரியன் சற்று ஏற்றிப்
பார்த்தான்!!
பனித்துளிகளோ அவனுக்கு பணிந்து போனது!
செடி,கொடிகளோ அவனை வணங்க நிமிர்ந்து நின்றது!
அடடா! பொழுதும் சாய்ந்து
பொழிவும் நிறைந்தது!

-வே.கனிமொழி.,

ஷர்மின் ஸ்டுவர்ட்

கண்டேனடி

நந்தவனத்தின்
நடுவினிலே
நாதனுடன்
நாழிக் கணக்கில்
பேசிட கண்டேன்

கயவனின்
களவாடும்
கண்களிரண்டு
காதல் மொழி
பேசிட கண்டேன்

அதிகார தோரணையில்
அசையும் அதரங்கள்
எம்மிடம் கொஞ்சல் மொழி
பேசிட கண்டேன்

ஆடவனின்
அகன்ற மார்பு
என் பஞ்சனையாய்
மாறுவதை கண்டேன்

களம் பார்த்த
கைகளிரண்டும்
கன்னியவளின்
இடைதனை
இறுக்கிட கண்டேன்

கண்டேனடி

கம்பீரமாய் மிடுக்கோடு
வலம் வருபவன் என்னிடம்
கெஞ்சும் அழகினை கண்டேன்

பூஞ்சோலைதனில்
பூத்துக் குலுங்கும்
பூக்களை போல்
பூ மகளாகிய நானும்
பூத்திட கனாக் கண்டேனடி தோழி!

-வந்தியத்தேவன் காதலி சௌமியா

ஆருயிர் அழகியே!

கள்ளி அவள் கவன் வீச
கண்களும் காணாமல் போனதடி

கன்னி உமக்கு என்னை வரமளிக்க
கங்கணம் கட்டாமலே அடி பணிகிறேனடி

சிற்றழகியின் வனப்பில் மயங்கி
சித்திரமும் ஊமையற்று வர்ணித்ததடி

முடிக்கற்றையின் பயணம் உன் முகத்தில் காண
சினமும் சிரித்து கொண்டே குடிகொண்டதடி

பேசத் துடிக்கும் இதழான அதரங்களுக்கு
ஆயிரமாயிரம் ஆண்டாயினும் அடிமையடி

மனதை வெளிக்கொள்ளும் விழிகளோ
மேலோக மங்கைக்கு ஒப்பிடுதடி

ஒப்பனை இல்லா காணத காரிகை அவளடி
முக அழகோ அது - அக அழகு அதை

பிரதிபலிக்க அனைத்தும் தொலைத்தேனடி
தொலைத்த எம்மை எங்கணம் மீட்பேனடி

-தேவிகா

தூவலின் தூறல்

*வாங்கிப் படிப்பது ஒரு
மரியாதை என்றால்,
கோடு கிழித்து படிப்பது
முதல் மரியாதை தான்! *

*காக்கையிடம் போய் கத்த முடியுமா? எங்கள் வீட்டில் தினம்
தினம்
அமாவாசை என்று?

*செக்கு மாட்டிற்கு
சங்கிலி போட்டு
இழுத்தாலும் சரி
தாரை தப்பட்டைகள்
முழங்கினாலும் சரி
சத்தியமாக அது
செத்தாலும் செக்கிழுக்காது!*

*மெட்டுச் சரத்தில் முட்டிய விளிம்புகள் , எனக்கு எடுத்துச்
சொல்கிறது காயத்தின் ஆழத்தை
காட்டத்தின் தாக்கமாக!*

*கூச்சத்தால் குனிந்த சிரம்
கூட்டு முயற்சியால் உயர்ந்த தரம்*

*சினத்திற்கு துளியும் சிந்தையேயில்லை !
சிந்திய சத்தத்திற்கு
உயிர் இருக்கும் என்று!*

ஷர்மின் ஸ்டுவர்ட்

*பிரம்மன் ஒரு மஹா கல்நெஞ்சக்காரன்
அவள்(ன்) சிவந்த கன்னத்தைக் கணக்கில் எடுத்தே
என் ஆயுள்ரேகையை அளக்கப்பார்க்கிறான் !*

*கேளிக்கை விடுதிகளின் மேல்
போர் தொடுக்க தான் போகிறேன்
என் வாழ்க்கையே கேள்விக் குறியாக நிற்கிறது,
உங்களுக்கு என்ன
ஆட்டம் பாட்டம் வேண்டிக்கிடக்கிறது என்று?*
*ஆவதும் பெண்ணால்
அழிவதும் பெண்ணால்
இவை தவறென்று சொன்னால்
உலகம் இருண்டிடும் தன்னால்!

உலகத்தை ஈர்க்கும் சக்தி
அவள் கண்களுக்கு உண்டு என்பேன்
அதையும் தாண்டி,
உலகத்தை இயக்கும் சக்தி
அவள் காதலுக்கு அதிகம் என்பேன்!

எதையும் அ(ழ)கிட்டு கூட்டிடுவாள்
எதிலும் அதிசயத்தை காட்டிடுவாள்!

முடியும் என்று நம்புவாள்
முடியாததையும் முயன்று முந்துவாள்!*

*ஓயாமல் நச்சரிக்கும்
அவன் காதல் கர்ஜனைக்கு
ஒருமுறையாவது,
உச்சரித்து பல்லவி பாடிவிடாதா
அவள் மோக முத்(தி)ரைகள்*

*உரையாட ஆயிரம் உறவுகள் இருந்தும் உனக்கு மட்டுமே
உரிமை அளிக்கிறது
எனது ஆழ்மனது!*

*நித்தம் உன்னை நினைக்கிறேன் நித்திரை இன்றி
தவிக்கிறேன் உன்னிடம் பேச துடிக்கிறேன் மகிழ்ச்சியில்
திளைப்பதாக நடிக்கிறேன்!

*குவளைக்கு கவலையாம்
அதிக பித்தம் உடலுக்கு கெடுதியாம்
இள இரத்தம் அநேகம்
அதற்கு அடிமையாம்
குழம்பி நிற்கும் குளம்பி
நிரம்பி வழியும் அருவி
விரும்பி அருந்தும் குடிநீர்
ஆகச்சிறந்த போதை
அனைவரையும்
அதிகம் பேசவைக்கும் தேநீர்*

*கிள்ளி பார்த்துதான் கீறினேன்
மொட்டு விடாமல்
முரண்டு பிடி பிடிக்கிறது
இந்த முரட்டு வெண்டைக்காய்
காய்கறி வாங்கப் போனது
ஒரு குற்றமா? *

*மறக்க நினைக்கும் நினைவுகள்
மரணம் வரை தொடரும்
மறைக்க தவறிய வார்த்தைகள்
மன்னிப்பில் போய் முடியும்*

ஷர்மின் ஸ்டுவர்ட்

*நிரூபிக்கவேண்டிய
நிச்சயத்தில் தான்
நாம் நிராகரிக்க படுகிறோம்*

*மறுக்கப்பட்ட அன்பை விட
மறைக்கப்பட்ட அன்பிற்கு
வலி சற்று அதிகம்*

*தேவை ஏற்படும்போது தேடப்படும் உறவு தேவை முடிந்த பின்பு
தேவையற்று போவது ஏனோ?

*தேடிவரும் அன்பிற்கு கிடைக்கும் மதிப்பு தேடிச் செல்லும் அன்பிற்கு
கிடைக்க மறுப்பது ஏனோ? *

*உரிமையுடன் இருக்கும் உறவுகளே, உதறிச்செல்லும்போது
ஊடக உறவுகள் எம்மாத்திரம்? *

*விளக்கினேன்
விளங்கவில்லை
விலகிவிட்டேன்
- இப்படிக்கு அன்பு !*

*கவிதையில் பொய்
இருப்பது வாடிக்கை!
காதலிலும் பொய் என்பது தான் வேடிக்கை!*

*உண்மையாக இருப்பதைவிட
ஊமையாக இருந்து விடலாம்!*

*மன்னிக்க முடிந்த உறவுகளை, மறக்க முடிந்தால் நன்றாக
இருக்கும்!*

*நினைவுகளுக்கு நிகரான நினைவு பரிசை நிச்சயம்
எவராலும்
கொடுத்துவிட முடியாது!*

*மாற்றுவது எளிது
மாறுவது கடினம்
உடையானாலும் சரி
உறவானாலும் சரி!*

*தோன்றலின் விதை
தேடலின் செடி
பாடலின் வரி
படைப்பின் முகவரி
காதலின் அறிகுறி
மொழிகளின் அடைமொழி
இது கவிதைக்கான முதற்படி *

*அன்று அநீதி இழைத்தது
உன் கண்கள்
இன்று ஆனந்தத்தில்
திளைத்தது நம் காதல்*

*பகிரப்படாத சொல்லிற்கும்
பதிந்து போன நினைவுகளுக்கும்
வலி சற்று அதிகம்*

*கோணிப்பை தைத்தாவது
தன் மகளு(னு)க்கு
கோழிக்குழம்பு வைத்துவிடவேண்டி
கோவில் கட்டி விரதம் இருப்பாள்*

ஷர்மின் ஸ்டுவர்ட்

*வலிக்க வேண்டும்
என்று எழுதவில்லை
வலிமையடைய வேண்டும்
என்பதே என் நோக்கம்*

*வாயில்லா பூச்சியாகவே வாழப் பழகிய பலருக்கு
வார்த்தை ஜாலத்தைக்
கொண்டு விளையாட தெரிவதில்லை!*

*கோழிப்பண்ணையில் ஓர் கதறல்
தாயைப் பிரிந்த சேயின் குமுறல்*

*வண்டுகளுக்கு ஓய்வு கொடு
வதனங்களுக்கு விடுமுறை அளி
இச்சைக்கு வாய்ப்பு நல்கு
இதயத்திற்கு இரக்கம் காட்டு
காதலுக்கு தீனி போடு
தயவு தாட்சணியம்
காட்டு பெண்ணே!*

*காண்டவப்பிரஸ்தம் -அஸ்தினாபுரம்
ஆஸ்தியே அங்கு அஸ்திவாரம்
அன்பு அங்கு தீவிரவாதம்
உண்மை அங்கு உண்ணாவிரதம்
பகைமை அங்கு பஞ்சாமிர்தம்*

*அளாவளாவும் அவன்
அலட்டிக்கொள்ளாத அவள்
அலைமோதும் காதல்! *

*அதிகம் படிக்காதவனைத்
தற்குறி என்று மட்டம் தட்டுவதும்

மெத்த படித்தவன் தகுதிக்கு மீறி ஆசைப்படுவது ஒன்றும்
தப்பில்லை என்றுசொல்லி , தலையில் தூக்கி வைத்து
கொண்டாடுவது
எவ்வளவு பெரிய முட்டாள்தனம்?

*மீண்டும் , முதல் பருவம்
மீண்டு வருவது ரொம்ப கடினம்
களையிழந்த பாட்டுக்கு
சங்கதி பாடத் தெரியாது
அனுப்பல்லவி போட்டாலும் பொருந்தாது!*

*ஊறுசுவை உள்ளடக்கிய
ஊடுருவி நீ!
பெருங்களிப்புகளுக்கு
எல்லாம் அப்பாற்பட்ட பேரின்பம் நீ !
ஆடை அணிவகுப்பு
எல்லாம் உனக்கு எதற்கு?
தேன்சுவை நெஞ்சம் உனது!

*கிட்டத்தட்ட கிடைத்தது
கிட்ட நெருங்கியும் தடுக்குது
கிட்டியதும், கிட்டாததும்! *

*உளியற்ற கடிகாரத்தில் ஒளியில்லை
உயிரற்ற கடிதத்தில் பிழையில்லை
உளியும், வலியும் ஒன்று சேர்ந்தால்,
காதல் உயிர்ப்பெற்று விடும்*

*தசை அசைவிற்கு ஏற்ப தாளம் வாசிக்கும் மேடையா ?
உன் தோள் சுருங்கிய
நாடி நரம்புகள்!*

ஷர்மின் ஸ்டுவர்ட்

*நினைவுகளில் நனைந்த ஈரம்
தூறல்களால் நிரம்பிய இதயம்!

*சாயப்பட்டறையின் காலிப்பணியிடங்களுக்கு
உன் இதழோரப் புன்னகையை பரிந்துரைத்து
விட்டுவிட்டேன்!
சரிதானே!*

*இன்று கரிசனம் காட்டும் அதே நபர், நாளை காரித் துப்ப
மாட்டார் என்பது என்ன நிச்சயம்?*

*இழந்து விடுவோம் என்ற பயத்தில் விலகியவர்களே
அதிகம்!*

*வாயில்லா பூச்சி பூப்படையும்
புலராத காலை பொழுது
அதைத் தூக்கி வளர்த்த சீமாடிக்கு
இரட்டிப்பான மகிழ்ச்சி பூரிப்பு இறைவனின் அழகான
படைப்பு இளகிய இவளின் இதயத்துடிப்பு தாய்மை
அடைந்த ஒரு உணர்வு
பூக்கள் பூக்கும் தருணம்*

*கடை பிடிக்க இயலாத வாக்குவாத விரதங்களுக்கு
சத்தியப்பிரமாணம் என்று விருது அளித்து சிறப்பித்தது
வாழ்க்கை என்னும் நாடக மேடை!*

*யாருமில்லை என்று வருந்தாதே !
இனி எவருமில்லை என்று உற்சாகம் கொள் !உன்னை தேற்ற
ஆள் இல்லை என்றாலும் ,உன்னை தூற்ற
ஒருவரும் துணியயவில்லை!*

*பெண்ணியம் பேசு !
அதில் எவ்வித தவறும் இல்லை! அதற்கு அடுத்த பாலினத்தை
பழித்து மட்டும் பேசாதே!
வீண் பாவத்தை
விருப்பத்தோடு சேர்க்காதே!*

*பாராட்டை அதிகம் பெற்றதில்லை பாராட்ட
அநேகம் மறந்ததில்லை!*

*முக்கியத்துவம் அதிகம் இருக்கும் பட்சத்தில்
,இழப்புகளுக்கு அங்கு அதிகம் பஞ்சம் இருக்கும்*

*திட்டுத் திட்டாய் தீட்டித் தெளித்த ஓவியத்தின் மேல்
திட்டமிட்டு தன் கைவரிசையைத்
திகட்டாமல் காட்டி விடுகிறது
இந்த திருட்டு பூனை!*

*பேசவேண்டும் என்ற அவா
பேச வைத்துவிடும்
அவனை அல்லது அவனை!*

*விரல் தீண்டாத இன்பம்
விலகி நின்றே கொல்லும்
விருப்பம் இல்லை என்றாலும் தாங்கும்!

*பிரிவு உன்னை அதிகம் பாதிக்கவில்லையா ?
நீ பக்குவம் அடைந்து விட்டாய்
என்றுஅர்த்தம்!*

*உறவு தண்டனையை அனுபவிப்பதற்குள் அன்பு
தற்கொலைக்குத் தூண்டி விடும்*

ஷர்மின் ஸ்டுவர்ட்

*ஒரு பக்கம்,
ஆணின் அழகை அதிகம் பேசப்படும்.
மறுபக்கம்,
பெண்ணின் அன்பு
அலட்சியப் படுத்தப் படும்!*

*சத்தியப்பிரமாணம் செய்வதும்
செய்த சத்தியத்தை
காற்றுக்கு விலைபேசி விடுவதும் சர்வசாதாரணமாக
போய்விட்டது காதல் என்னும் தவிப்புச்சதையில்!*

*சன்னிதானத்தில் சாய்ந்திருந்த தெய்வானை ,குகைக்குள்
காத்திருந்த வள்ளி ,கூட்டத்தில் களைத்திருந்த கன்னிகள்
இவர்களையே
சுற்றிச்சுற்றி வலம் வந்த
தமிழ்க்கடவுள் திருக்குமரன்
-தைப்பூசத்திருவிழா!*

*இறக்கும் தருவாயிலும்
சிரிக்க வைக்கும் அன்பு
உயிர் இருக்கும் வரை இறப்பதில்லை!*

*பட்டாம்பூச்சிகளின் பாஷை புரியாமல் விழிபிதுங்கி
நிற்கிறது
விட்டில் பூச்சிகள்
குழந்தையும் தெய்வமும் ஒன்று இல்லறம் நல்லறம் ஆவது
என்று?*

*பாரதி இத் (தீ) என்றும் அணையாது!
தமிழன் என்று சொல்லடா!
தலை நிமிர்ந்து நில்லடா!
அச்சம் என்பது மடமையடா!
நாங்கள் பாரதியின் பிள்ளையடா!*

---

*பிடித்ததை எழுதலாம் பிடித்தவர்களோடு மட்டுமே
எழுதலாம்
புத்தாண்டு பூக்கட்டும்*

*ஆண்பால், பெண்பால்,
முப்பால் - இது எப்பா(ல்)? *

*இரட்டை அர்த்தமில்லை
இருந்தும் கட்டி இழுக்கிறது
இவனின்/இவளின்
அழகான பொய்கள்!*

*சில விஷயங்களைச் சொல்லித்தான் புரிய வைக்க
வேண்டும் என்று
எந்த அவசியமுமில்லை
அதில் அன்பும் அடங்கும்
அன்பு மட்டுமே அடங்கும்!*

*அனுமதியின்றி அடக்குகிறாய் அறிந்தும் அதை
ரசிக்கிறேன்
அறிந்தும், அறியாமலும்
அடங்கித்தான் போகிறது ஆண்மை அவளின் ஆழமான
அன்பிற்கு
முன் மட்டும்!*

*இரு கண்களைக்கிடையே போராட்டம் இது காதல் செய்யும்
சூதாட்டம்*

*கோபம் கொள்ளும் ஆண்மை எல்லாம் காதல் செய்ய
தவறுவதில்லை!*

ஷர்மின் ஸ்டுவர்ட்

*கேள்விகள் கேட்காமல்
இருப்பதும் தவறு
கேட்கும் கேள்வியாக நீயாக
இருப்பது பெரும் தவறு
கேட்டும் கேளாமல் தவிக்குது
இந்த மனது!*

*அவதாரம் ஒன்று தான்
அவமானம் பின்புதான்
மரக்குடையில் நிழலில்லை
கமண்டலத்தில் நீர்வரத்தில்லை
வாமனின் வரலாறு தெரியுமா?*

*வீசும் காற்றின் ஓசை
உதிரும் இலைகளுக்கு தெரிவதில்லை !
விலகிய அன்பின் பாசம்
உதறிய உறவுகளுக்கு புரிவதில்லை!*

*சூடிய பூ- அவள்
வாடிய மலர் - அவன்*

*பெயர் -திரையில்
படம் - மனதில்*

*பெயர் - பிடிக்கவில்லை
பெயர் -மறக்கவில்லை!*

*ஒருகட்டத்தில்,பகிர்வதிலுள்ள
வேகம் அதிகரிக்க அதிகரிக்க
கேட்பதில் உள்ள
ஆர்வத்தைத் தன்னையறியாமலே குறைத்துவிடும்!*

*காதலின் மொத்த சாராம்சமும்
ஒரு துளி தேநீர் குவளைக்குள் அடங்கியுள்ளது! *

*பழகப் பாலும் புளிக்கும்
அது பழமொழி
கொடுக்க கொடுக்க
அன்பும் சலிக்கும்
இது புதுமொழி!*

*அன்பின் ஆழம் அதிகரிக்க அதிகரிக்க பிரிவின் பாலம்
விரிவடையும்! *

*புகையிலை பிடிப்பவரெல்லாம் அயோக்கியனுமில்லை
புத்தரை கும்பிடுபவரெல்லாம் யோக்கியனுமில்லை*

*நான் ஏற்க மறுக்கும் பொய்யும் நீதான் நான் மறக்க
நினைக்கும்
உண்மையும் நீதான்! *

*காரணம் இன்றி சிரிப்பவர்கள்
நிச்சயம் ஒரு காலத்தில் ஒருவரால் காரணமின்றி வெறுத்து
ஒதுக்கப்பட்டவராகத்தான் இருக்கக்கூடும்!*

*நுழைவுச்சீட்டு இல்லாமல்
நுழைந்து விட்டாய்!
நீங்கா நினைவுச்சின்னமாய்
மாறி விட்டாய்!
மறக்கத்தான் நினைக்கிறேன்!
உன் மயக்கத்தில் தவிக்கிறேன்! *

*கர்ப்பம் தரிப்பது ஆண்களின் வாழ்விலும் சாத்தியமே !
கண்ணியம் தவறாது
கண்ணும் கருத்துமாய் தன்
காதலை காத்து நிற்பதால்!*

ஷர்மின் ஸ்டுவர்ட்

*படிப்பாற்றல் இல்லாதவரிடன்
படிப்படியாக படிப்பினையாக
படிப்பிற்கிணையான படைப்பாற்றல்
படையெடுத்தது!*

*குடைத்தம்பி குனிந்தது போதுமப்பா!
ஆழிக்காற்று அண்டை நாட்டுக்கு
குடிபெயர்ந்து ஆறு நாளாச்சு!*

*வண்ண நோய்க்கு
வெள்ளை பூஞ்சை
சர்க்கரைக்கு வந்த சாபக்கேடு
ஆறிலும் சாவு, நூறிலும் சாவு!*

*வாழ்த்தியது பலர்
வாழ்த்த ஒருசிலர்
வாடியது மலர்!
- பிறந்தநாள் நல்வாழ்த்து!

*அவள் தூங்கும் அழகை
இவன் தூங்காமல் ரசிக்கிறான்
அவள் ,இவன் ரசிக்க வேண்டும்
என்றே தூங்குவதைப்
போன்று நடிக்கிறாள்! *

*திரையில் நடிக்கும் நடிகர்களை விட தரையில் நடிக்கும்
நடிகர்களுக்கு சன்மானம் சற்று உயர்வு தான்!*

*அனைவரும் நீ ,ஏன் ?
மாறி விட்டாய் என்றே காரணம் கேட்பர். ஒருவரும் உனது
மாற்றத்திற்கான காரணத்தை கண்டறிய மறுப்பர்! *

*நீ உரைப்பது உண்மையா? பொய்யா? என்பதை உன்
கண்களே காட்டிக் கொடுத்துவிடும்.
மெய் என்றால் கண்கள் நிமிர்ந்து நிற்கும் ,பொய்யென்றால்
நடுங்கி
நாட்டியம் ஆடும்*

*அன்று தயக்கத்தில் ஆரம்பித்த உறவு இன்று தவிப்பின்
ஆழத்தில் முடிவடைந்தது.*

*கண்கள் செய்த குற்றத்திற்காக காலம் முழுவதும் ஆயுள்
தண்டனையை அனுபவிக்கிறது காதல்! *

*எண்ணியதை எழுதியதை விட ஏமாற்றத்தில் எழுதியதை
அதிகம்!*

*தூவல், துவண்டு விழுந்தவனை தட்டி எழுப்பும்.
தூரிகை தனிமைக்கு தீனி போடும்
மை மட்டும் தான் வித்தியாசப்படும்
இரண்டிற்கும் சக்தி ஒன்றுதான்!*

*குதிக்க முடியாது என்று தெரிந்தும்
துள்ளிக் குதித்து ஓடுகிறது
இந்த தூவலுக்கு என்ன துணிச்சல்?*

-பா. கவுசிகா (பார்கவி)

ஷர்மின் ஸ்டுவர்ட்

பாரதி

வீரம் கொண்ட
எழுத்துக்களால்
விதைத்துச் சென்றான்
சுதந்திரத்தை

காலத்தின் கைதனில்
காவியம் படைத்தவன்
காதலை காந்தமாக்கி
கவர்ந்திழுத்தவன்

சாதுவாய் உரு கொண்டு
சாதிக்கு
சாட்டையடி கொடுத்தான்
தன் எழுத்துக்களில்

வீழ்வேன் என்று
நினைத்தாயோ என்ற
அவன் வார்த்தையில்
விழாதவர் எவர்!

மென்னிலா மிளிர்

என் அன்னையே தெய்வம்

கரு உருவாகிய நொடி முதல்
எத்தனை எத்தனை பூரிப்புகள்
எத்தனை கவனிப்புகள்
எத்தனை வலிகள்
எத்தனை சுகமான சுமைகள்

தந்தையறியாமல் ஒற்றை
ரூபாயாயினும் ஒளித்துவைத்து
கொடுத்தவளே - இடிப்பில் சுமந்துக்
கொண்டு கானி கலனியில்
களையெடுத்து அலைந்தவளே

அடுப்பறியா என்மீது
வெறுப்பினை உமிழாது
காடுமேடுதனை சுற்றியே
விறகிலே நீ காய்ந்து நல்ல
அமுதினை எனக்கு படைத்தவளே

பிறர்கண் பட நான் இளைக்கா
உன் இடுப்பொடிய சுமந்தபடி
உம்பணிதனை நீ செய்யும் வேளையே
நானும் உனக்கு சுமையல்ல உன்னில்
சுகமென எனக்குரைத்தவளே

பண்டிகை காலமதில் புத்தாடை
நானனியச் செய்த நீயோ
நெல்லாலையிலே காய்ந்ததை
எம் இதயமும் மறக்குமோ
உன்னை வணங்க மறக்குமோ

ஷர்மின் ஸ்டுவர்ட்

அறியா வயதில் செய்த பிழையில்
எம் இமையும் ஒன்று இல்லா போக
ஊராரோ பருவத்திலே எனை ஊனமென
ஏய்க - மனதளராத நீயோ உம் கண்ணில்
காத்து எனை நல்லொரு வாழ்வு தந்தாயே
நான் வாழும் வாழ்வது நீ தந்த
வரம்தானம்மா - தந்தை தான் உயர்வென
அறியா வயதிலே எனதெண்ணங்களை
நீயோ தவிடுபொடியாக்க உணர்ந்தேன்
என் தாய்மையில் உன்னை நானும்

பணக்காரி இல்லை என் தாய்
படித்தவரில்லை என் தாய்
நாகரீகமற்றவர் என் தாய்
வெகுளித்தனமே என் தாய்
ஆசைகளை துறந்தவள் என் தாய்

கணவனே தெய்வமென்பவள் என் தாய்
ஆடம்பரத்தை ஒதுக்கியவர் என் தாய்
தன்னை பேணாதவள் என் தாய்
குடும்பமே கோவிலாகும் என் தாய்க்கு - அதில்
வாழும் தெய்வமாகும் என் அன்னை எமக்கு..!

- ரம்யா சந்திரன்..

எழுதுகோல் எடு

நீல வானில் மேகம் பிழிந்து
வண்ணம் எடுத்து
விண்வெளி தீட்டிடு !
மை இட்ட விழியில்
மாசின்றி கயவர் அறியும்
கனல் ஏற்றிடு !

எழுதுகோல்தனிலே எதிர்காலம்
புகட்டி பீரங்கி வென்றான் கண்ணம்மாவின்
காகிதம் அவன் புரட்சி தீட்டிய பாரதி ஆவான் !

எழுத்தாணி ஈன்றெடுத்த
வள்ளுவரின் குரல் இசையிலே
உலக நெறிகள் கண்டோம் !

கடற்கோளில் கரைந்த
தமிழ் ஓவியம்தனை
கீழடி வழியே ஒளிபெற்றே !
தமிழர் தலையெழுத்தை
யுகங்கள் தாண்டி
அடையாளம் பொறித்ததே !

தமிழ் மேல் ஓங்க
வேறுபாடு வேர் அறுக்க
எழுதுகோல் எடு
மொழி மாலை தொடு
சாத்திரம் துறந்தே
நற் சரித்திரம் படை !

ஷர்மின் ஸ்டுவர்ட்

கண்ணில் மை இட்ட
கற்பனை ஓவியம்
உண்மை பேசட்டும் !
கவியில் பொய் தொட்டு
நேர் கொண்ட நீதி
உலகெங்கும் நிலைக்கட்டும் !

-ம.சுதா

கன்னி மயில்

சில்லென்ற மழை சாரல்
உன் மேனியை தழுவ
என்ன தவம் செய்ததடி
பால் நிலா முகத்தில்
கெண்டை மீன் விழிகளை
மழை நீர் மெல்ல முத்தமிட
உன் இதழ்கள் மெல்ல விரியுதடி

சாரலின் மோகம் உன்
சீலையத் தீண்டிவிட
கொடியிடை எனது
விழிகளை வாட்டுதடி
உன் தேகம் எங்கும்
செதுக்கிய சிற்பமாய்
அழகை மெருகூட்ட
நான் சிலையாகிப்
போனேன் சித்திரமே

பார்த்த நொடிதனிலே
கன்னி மயில் உன்னை
கண்களால் சிறைபிடிக்க
தவமிருந்தேன் கண்மணியே
என் காதல் தாகம் தணிக்க
எப்பொழுது எனை ஏற்பாயடி

ஷர்மின் ஸ்டுவர்ட்

உன் விழிகளின் ஈர்ப்புவிசை
காதல் எனும் காந்தமாய்
என்னை சுண்டி இழுக்குதடி
உன்னில் தொலைத்த
என்னை எனக்கு மீட்டு
தருவாயா அன்பே

-வாணி அரவிந்த்

நிழலாக என்னோடு

உணர்வுகளை கொன்று
உதறி விட்ட நேசங்களால்
என் மாண்டு போன மனதை
உன் தயவே உயிர்ப்பித்தது

தேடலில் தொடங்கிய
தாகங்கள் உன் பக்கங்களின் அறுசுவையில் தீராமல்
மீண்டும்
காதல் நோயாய் நீடித்தது

யாரும் துணை இன்றிய தவித்த
பொழுதில் அழகாய் என்
கரம் கோர்த்து அகிலமுமாய்
மாறி விட்டாய்

வெட்கத்தை தந்து கனவுகளில்
கலந்து கொள்கின்றாய்
கண்ணீரை தந்து அதை
கானலாக மறைய செய்கிறாய்

துரோகங்களால் இழந்து விட்ட
என்னை மீண்டும் நானாக
வாழ வைக்கும் பாதைகள்
வரைகின்றாய்

ஒற்றை தேநீரும் யாருமற்ற
தனிமையும் இனிமை தரும்
இன்னிசையும் தேவை அறிந்த
தென்றலும் நம்மோட இணைய

ஷர்மின் ஸ்டுவர்ட்

அற்புதமே என உன்னை நான் போற்ற
புத்தகம் எனும் பெயரில்
எழுத்துக்கள் எனும் உன் உயிரை
என்னோடு சேர்த்து வாழ்விக்கின்றாய்

என் பயணங்கள் இனி
உன்னோடுதான் நான் நானாக
வாழ நீ என்னோடு நிழலாக
உடன் வரும் வரம் போதும்

-பிரீத்தி

காதல் முன்மொழி

சொல்லில் அடங்காத
மொழிக்கத் தெரியாத
பேச்சினால் இனங்காத இணக்கம்
எண்ண முடியா மாற்றத்தின் அச்சம்
யாவையும்
உனது கூர்முனையால் தழுவி!

எந்தன் கொள்ளைக் கொண்ட
இருதயத்திற்குக் கருவியாகி
என் உணர்ச்சிமிக்க வாக்கினை
உந்தன் முனைப்புடன்
உயர்த்தெழுகச் செய்து
எந்தன் காதலைப் பூர்த்தி செய்ய
வடிவம் கொடுத்து
ஒப்புமைப் பாராட்டி
தூரிகைக் கொண்டு பற்பல வண்ணங்களை தீட்டி
அவளின் அழகிற்கு ஈடாய் ஒப்பனைச் செய்து!

ஆகச் சிறந்த படைப்பாய் செதுக்கி
உந்தன் மையினைக் கொண்டு
மெழுகாய் கரைந்து
அவள் இமைதனில் இக்காகிதம் சூழ
எந்தன் கேள்விக்கான விடையினைச் சமர்ப்பிக்க
அவையாவும் எந்தன் வாழ்வில் கரம்கோர்க்க
தூவல் நுனியின் உச்சியில் உருக்கிக் கொண்டு
மைத்துளிகளாய் கரைந்தோட!

-ப.ஹரிணி (kaviyin kadhali)

ஷர்மின் ஸ்டுவர்ட்

சிறைபட்ட கல்லூரி காலம்

கல்லூரி பக்கம், கால் பதிக்காமல்,
கனவில் வரும் கற்பனை நேரம்,
நினைவை தூண்டி செல்கிறது,
நாம் எப்போது கல்லூரிக்கு செல்வோம் சென்று,
கலகலப்பாக இருந்து, காரணம் இல்லா சண்டை போட்டு,
ஆசானிடம் அடியும் வாங்கி,
மனதால் பயந்து, வெளியில் தில்லாக சுற்றி திரியும் கல்லூரி
நாட்களை எதிர்பார்த்து நிற்கும் உள்ளங்கள்,
காலத்தால் காதலிக்க காத்திருக்கிறது....

-நாமக்கல் செந்தில்..

மேழி உதித்தல்

ஆரளி சூழ்ந்த வாவித்தரங்கு
அரவமின்றி அருகிலே காண
சிதவல் சூடிய உழவன்
அயம் வேண்டிப் பெற்று
ஆயம் சூழவதுவை புரிய
வதுவை புரிந்த மாயோளும்
மதுகை கொண்டு நல்கிட
மாட்சியில் மாழ்கிய காரிகை
தன்னவனிடம் வினாயவை பூரணமாம்
உழவனின் சுழலும் வாழ்வினை
மறுவிலா காரிகை கற்றிலை
மிஞ்சிய பொழுது தெண்டிரையாய்
நாங்கூழ் உற்பவம் அறிந்து
சிறியதூளி நிறைந்த சோலையில்
சிறுகால் சூழ்ந்த மாலையில்
புரியும் ஓயாத உழைப்போ
விறலுக்கு இறைத்த நீராய்
வெகுமதி வட்டியினில் கழிய
ஈருயிரினைக் குடித்தது பஞ்சமும்
ஈன்று எடுத்த மகவும்
துன்ன உறவினர் கரத்தினிலே
அன்னம் வேண்டி கையேந்தாது
மேழியினை புயத்தில் ஏந்தினானே !

-நிவேதா வினித்

ஷர்மின் ஸ்டுவர்ட்

வண்ணங்களாய் வாழ்க்கை

தீட்டப்படும் வண்ணம் அது மனம் தேங்கி இருக்கும்
எண்ணம் அது!

கற்பதும் கேட்பதுமே சிறு விதையென நெஞ்சில் பதிய!

கற்றலின் காரணத்தாலே உயிர்ப்பித்து வந்தனவே நம்
உயர்வான எண்ணம்!

நெஞ்சமதை நெகிழ வைக்கும் வாழ்க்கை பயணம் அதுவே
பலருக்கும் பல வண்ணம்!

உணவு கிடைத்தால் போதுமென வாழ்வோரும் இங்கே!

எத்துனை கிடைத்தாலும் போதாதென பலரும் இங்கே!

சொற்பமாய் சோதனை அது வந்தாலும் வாழ்க்கை அது
போனதென வாழ்வோரும்!

அற்பமாய் ஆசை வைத்து அது கிடைக்காமல் போவோரும்!

படைக்க சாதனை இருக்க வேதனை அதை எண்ணியே
வாழ்க்கை இங்கே!

எதுவும் இன்றி போயினும் பிறர் நலம் எண்ணும் நண்பராய்
சிலர் உலகோர்க்கு உதவுவோராயின் காக்கப்படுமே பல
உயிர்கள் இங்கே!

ஏதும் இல்லை என்ற போதிலும் உலகிற்கு நீ என்ற
எண்ணமது மாற்றுமே பலர் வாழ்வை வண்ணங்களாய்!

-ச. நர்மதா

என் முதல் காதல்

முகநூல் காதலும் இல்லை
முகம் அறியாத காதலும் இல்லை
என் தோழியாய் வந்தவள்
வாழ்வில் என் காதலியாய்
மாறிவிட்டாள்,
அன்று தோழி என்ற உரிமையில்
தோள் மீது கைபோட்டு நடந்தோம்
இன்று காதலி எனும் உரிமையில்
கைகோர்த்து நடக்கிறோம் வாழ்வில்.

ஷர்மின் ஸ்டுவர்ட்

அப்பா

கவிபாட தெரிந்த
எனக்கு உனக்கு
ஒரு கவிதை எழுதத்
தோணவில்லையே போட்டிகளில்
தோல்வியுற்ற போதும் உங்கள் தோள்
மீது ஏற்றுக்கொள்வீர்களா
அதை எப்படி எழுதுவது கடினமான
சூழ்நிலைகள் வந்தபோதும் என்னை
கண்கலங்காமல் பார்த்துக் கொண்டீர்கள்
அதை வியந்த பாட மறந்துவிட்டேனே

-கவிஞர் ஜவகர்.

அவனின் வரவால்!

வர்ணங்களால் நிரம்பிய சித்திரங்களுக்கு நடுவில்
வர்ணமில்லா சித்திரங்களும் அழகாய் தெரிந்தது உன்னால்!

மகிழ்ச்சியில் மலரும் மலர்களுக்கு நடுவில் மலர்ந்து
உதிர்ந்த மலர்களும் அழகாய் தெரிந்தது உன்னால்!

திரண்டோடி வரும் அலைகளைப் போலவே என்னுள்
சந்தோஷம் பொங்கி எழுகிறது உன்னால்!

வாசமுள்ள பல மலர்களை கண்டாலும் வாசமில்லா மலரின்
மீதும் ஈர்ப்பு வந்தது உன்னால்!

சிந்தனையால் சிதைந்த என்னை சிற்பத்தைப் போல
அழகாய் செதுக்கினாய்

இருளின் கைதியான என்னை சுதந்திரம் கொடுத்து
விடுவித்தாய்

இனி வரும் காலங்களில் சுதந்திரத்திற்கே சுதந்திரம்
கொடுக்க தோன்றியது உன்னால்!

வெற்றுத்தாள் போல் இருந்த என்னை வர்ணம் மிகுந்த
சித்திரமாய் மாற்றினாய்

இருளில் விழிக்கும் ஆந்தை போல் சுற்றி திரிந்தவளை
வண்ணத்துப் பூச்சியாய் மாற்றினாய்.

ஷர்மின் ஸ்டுவர்ட்

இருளிலும் ஆழ்ந்த அமைதியை கொடுத்தாய்.

உன் மீது காதலும் இல்லை, காமமும் இல்லை.

உன்னோடு நான் தொடங்கிய பயணத்தில் இந்த உறவுக்கு பெயரும் இல்லை, பிரிவும் இல்லை.

- க.பானுபிரியா

கொஞ்சம் நடந்திட ஆசை !

தூரத் தெரியும் மேகமதை
தொடும்வரை !
மிளிரும் விண்மீனை
எட்டிப்பிடிக்கும் வரை !
உயரப் பறக்கும் பறவையினை
வெல்லும் வரை !
உயர்ந்து நிற்கும் மலைஉச்சிக்கு
செல்லும் வரை !
ஊர்க்குருவியின் வீட்டினை
காணும் வரை !
படர்ந்து நிற்கும் பாறைகளின்
முடிவு வரை !
கடல்களுக்கு அப்பால்
கால்பதிக்கும் வரை !
காற்றும் புகுந்திடா
கானகம் வரை !
பாதைவகுத்த மரங்களின்
எல்லை வரை !
பாதையில்லா கடல்களின்
பாதி வரை !

கொஞ்சம் நடந்திட
ஆசை !

கால்கள் கொஞ்சம்
ஓயும் வரை !
கவலைகள் கொஞ்சம்
தீரும் வரை
கண்ணீரும் கொஞ்சம் கரையும் வரை !

-பார்கவி

ஷர்மின் ஸ்டுவர்ட்

அம்மா

ஒரே வார்த்தை
ஆயிரம் உணர்வுகள்.
எனக்காய் உள்ளுக்குள்ளே
துடிக்கும் ஒரே இதயம்

அன்பின் அகராதி
அவள் ஒருத்தியே
ஆயிரம் உறவுகள் வந்தாலும்
அவளே என் முதல் உறவு.

இனிப்பாள் கட்டிக்கரும்பாய்
ஈர்ப்பாள்
இன்றியமையாததாய்

உன்னத உறவுகளிலே
உயர்ந்து நிற்பாள்
ஊரெல்லாம் அலைந்தால்
உள்ளுக்குள்ளே பரிதவிப்பாள்.

எட்டிநிற்பாள் சினம் கொள்கையில்
ஏசித்தீர்ப்பாள்
பழிதீர்ப்பதாய்

ஐயமில்லா உறவது
விட்டுசெல்லா உயிரது

ஒட்டிக்கொள்வாள்
கிண்ணத்து தேன் போல்.
ஓயாது புகழிசைப்பாள்
என் பெருமைகளை. (திட்டுறது தான்)

ஔடதமாய் இருந்திடுவாள்
என் வலிகள் யாவையும் குறைத்திடுவாள்...

என் உயிரானவள்
என் உறவானவள்
அவள் உதிரம் நான்
அவள் உருவம் நான்
என் தாயவள்

-அருள்மொழி காதலி 'ஷர்மி'

நீயும் என்னோட மக(ன்)ராசா (அப்பா)

காஞ்ச இல சடசடக்க,
சாரப்பாம்பு கிசுகிசுக்க
சலிக்காம பயக்காம
நடபோடும் ஏ ராசா,

ஆட்டுக்கு மாட்டுக்கு
காட்டுக்கு மேட்டுக்கு
காவல் தெய்வம் நீ ராசா,

புல்லக்கூட புள்ளையா
தோல்ல சுமக்கு ஏ ராசா,
பட்டப் படிப்பு படிக்கல
நல்ல சட்டகூட உனக்கில்ல
இருந்தாலு ராஜாதா நீ ராசா,

கட்டாந்தரையும்
கால்வகுறு கஞ்சியு
அழுக்கு லுங்கியு
உன்கென்னவோ போதும்மையா
எனக்கில்ல ஏ ராசா

கோட்டு சூட்டு மாட்டி
போட்டோ ஒன்னு புடிக்கோனு

நீ சிரிக்க நா ரசிக்கோனு ஐயா!
ஒன் பாசத்த அப்படியே சொன்னாலு
கவிதைதா
கத எதுக்கு அத ஓசத்தி

ஆடு மாடு கோழிகூட
பெத்த புள்ளையா வழக்கு ஒன்ன நா
கண்ணுப்போல காக்கோனும்மையா
மகராசா நீயும் என்னோட மக(ன்)ராசா.

- ஞாழல்

<hr>

காதல் உன் வசம்

பிராணி என்ற உருவில்
உள் நுழைந்தவளே
இன்று நீ அருகில் இல்லையெனில்
உறக்கம் வரவும் மறுக்கிறது
எனக்கு பங்கிடும் வேளையில் உனக்கும்
பங்கிடுகிறேன்
என்று நீ உடன் பிறந்தவளானாய்
என்றும் உன்னுடன் இருப்பேன்
என்ற காதல் வசனமெல்லாம் இல்லை
இருந்தும் அதீத காதல் உன்மேல்
நீ அடிபட்டு கிடக்கையில்
நான் அழுததேனோ
நீ என்று நான் ஆனாய்
நான் என்று நீ ஆனேன்
யாரிடமும் மிருகம் என்ற
அறிமுகம் இல்லை
என் பிள்ளை என்றே கூறுகிறேன்

-சரண்யா தேவி குமரவேல்

இரண்டாம் உலகம்
இனிதாய் ஒரு பயணம்

அடர்ந்த இருட்டினில்
அசைகின்ற கூட்டினில்
குருவிக் குஞ்சுபோல்
குறுகிபோய் நான்!
ஏற்ற இறக்கமாய்
ஏதேதோ சப்தங்கள்
ஊன்றி கேட்கிறேன்
உள்ளுக்குள்ளேயே நான்!
கண் திறக்காமலேயே
காண்கிறேன் காட்சி பல
நான் இருக்கும் உலகம் ஏன்?
நள்ளிரவு போல
இருண்டு இருக்கிறது என
எண்ணுகிறேன் இடைவிடாமல்!
வினவும் என் மனதிற்கு
விடை அறிய விரும்பி
விழிக்காமல் விளிக்கின்றேன்
விடைத்தர யாரும் இல்லா
வினோதமான உலகினில் நான்!
உணவின் ருசி அறியவில்லை
ஒரு வாய் உணவு நான்
உண்டதும் இல்லை
ஆனாலும் எந்தனுக்கு
அதிசயமாய் பல மாற்றங்கள்
வளர்ந்து கொண்டிருப்பதுபோல்
வருகிறது ஒரு பிம்பம்!
ஈரைந்து மாதங்களாய்
இரவு உலகில் இருப்பது ஏன்?

ஷர்மின் ஸ்டுவர்ட்

ஏனென்று அறியாமலே
இருக்கிறேன் இவ்வுலகில்!
இப்படியே இமை மூடி
இறுதிவரை இருளோடே
இயல்பாய் பழகி நான்
இருந்து விடலாமென்று
இறைஞ்சுகிறது மனம்!
இங்கிருந்து வெளியே போ
இறைவனின் கட்டளை
இதுவென இதமாய்
யாரோ சொல்வது போல்
இரு செவிகளிலும்
இடி போல் ஒரு குரல்!
அம்மாவென அலறுகிறது
அறிந்த ஒரு குரல்!
மெல்ல நகர்கிறேன் நான்
மேனி திருப்பி
அழும் குரல் யார் என
அறிய விரும்பி!
எட்டி உதைக்கிறேன்
இருண்ட உலகத்தை
தலை முட்டி உடைக்கிறேன்
தவிப்போடு என் கூட்டை!
அம்மா என்ற அலறல் சத்தம்
அதிர வைக்கிறது என் மனதை
போய் விடு இங்கிருந்து என
புதிதாக ஒரு குரல்!
வந்துவிடு தங்கமென
வலியோடு ஒரு குரல்!
வெளியேற மனமின்றி
வெளியில் அழுவது யார்? என

விடை அறிந்து விடவே நான்!
வேறு வழியில்லாமல் நான்
இயன்றவரை முட்டுக்கிறேன்
இறுதி முயற்சி என!
இருண்ட உலகினில் சிறு
இடைவெளியாய் இடைவழி!
கண்டறியா ஒரு ஒளி
கண்ணுக்குள் மெல்லியதாய்!
இதுவரை வாழ வைத்த என்
இருண்ட உலகத்தை என்
இருகரம் கூப்பி வணங்கியபடியே
இரண்டாம் உலகம் நோக்கி
இனிமையுடன் திரும்புகிறேன்!
பூமித்தாயின் மடிநோக்கி
புன்னகையோடு என் பயணம்
புது உலகம் காண
புறப்பட்டு வருகிறேன் நான்
இருள் உலகம் நீங்கி
இமைக்குள் ஒளி படர
இரண்டாம் உலகம் நோக்கி
இனிமையோடு என் பயணம்.

-சீதா

ஷர்மின் ஸ்டுவர்ட்

பெண்பூவே!

ஒரு நாளில் புத்துணர்ச்சி குன்றும் பூக்களும் பூப்பதற்கு
தவறவில்லை
ஒரு நிமிடம் உயிர்வாழும் ஈசலும் சிறகடிக்க மறந்ததில்லை
தன்னம்பிக்கை! வாழ்க்கை ஆசை!
ஓரறிவு முதல் ஆறறிவு வரை அனைத்துக்கும் உள்ளது!
அதை நெஞ்சில் விதைத்தே தாயெனும் தோட்டத்தில்
அழகாய் மலர்கின்றன செம்மொட்டுக்கள்!
செடியின் மலர்கள் பூப்பதற்கு முன் பறிக்கப்படுவதில்லை
மரத்தின் பழங்கள் கனிவதற்கு முன்
சுவைக்கப்படுவதில்லை...
பெண்பூக்கள் மட்டும் ஏன் மலர்வதற்கு முன்னே
கொய்ய(ல்ல)ப்படுகிறது!

- காவியா செங்கொடி

பேசும் தூரிகை

நான் தூரிகை
என்னைப் பிடிக்காதவர்
உலகில் யார் இருக்கிறார்கள்
கொஞ்சி விளையாடும் குழந்தை முதல்
காதல் கவிதை எழுதும் இளைஞர்கள்
கடிதம் எழுதும் பெரியோர்கள் என
என்னை கையில் பிடிக்காதவர் எவர் இருக்கிறார்கள்
தூரிகை கொண்டு
புது உலகம் படைக்கிறேன்
கவிதை பாடும் மழைத்துளி போல்
காகிதங்களில் தவழ்கிறேன்
உலக மக்களின் உள்ளத்தில்
தென்றல் தீண்டுவது போன்று

தூரிகை கொண்டு மனதை துழைக்கின்றேன்
என் தூரிகையோடு நான் பேசும்
காதலின் வண்ணமாய்
சுவரோடு சித்திரமாய்
காகிதத்தோடு கதையாடும்
என் பேசும் தூரிகை.

-கு. கவிப்பிரியா

காதல் கனவு

கார்கால வாசனை!
கண்சிமிட்டும் தோரணை!
காதல்தரும் போதனை!-இதுவே
கலியுகத்தின் வர்ணனை!

இமைகள் கதவுகளாக
கருப்பு உலகில்
வெள்ளை காட்சியாய்
கனவுகள் குடிவர
விழித்திரை முழுதும்
நாம் உலாப்போகும்
காதல் பிம்பங்களே!

வசந்தத்தின் வாயிற்கதவு நீ!
வழிநெடுகிலும் பூப்பாதை நீ!
நல்வாழ்வின் பிள்ளையார்ச்சுழி
நீ!
என் தேடலின் முற்றுப்புள்ளி நீ!

வாக்கியம் மூலமே
வாக்கு கொடுத்து
விடியல் தழுவியதும்
கலையும் நொடியில்
ஏக்கம் கண்ணீரானது!
பிரிவு கவிதை தந்தது!

நினைவுகள் நனவாகி
கனவுகள் கைசேரும்
நாள் என்றோ?
கட்டுப்பாடு தளர்த்தி
காதலுக்கு காப்புரிமை
தருவது யாரோ?

- மாயாதி

காதலின் நிறம் கருப்பு

தூவி செல்லும் மைத்துளியே!
தூபம் இட்டவள் காரிகையே!
எந்தன் மனதை திறந்தாயோ!
என் காதலை புணர்ந்தாயோ!

கருநிற பெண்ணின் அழகிலே
மைத்துளி கொணர்ந்து வந்தாயோ!
கருமேக கூந்தலின் வளைவிலே!
ஓவியங்கள் வரைந்து சென்றாயோ!

காதல் கிறுக்கல்கள் படைத்து
கவிஞன் எனும் கலைஞனாக்கினாய்!
மனதின் தேடல்கள் பிடித்து
மௌனம் எனும் மொழியாக்கினாய்!

கருமை நிற மைத்துளியே!
காதலின் கவித்துளி நீயே!

- ரஞ்சனி பழனிசாமி

தமிழ்

சங்கமிக்கும் சமுத்திரமும்
எம் சங்கத் தமிழ் கேட்டு
கவிபாடும் காவியமே

சித்தரிக்கும் ஓவியமும்
எம் செந்தமிழின் சுளிவினால்
சிறந்திடும் செஞ்சிலையே

படர்ந்தோடும் மேகமும்
எம் பைந்தமிழ் கேட்கையிலே
பொழிந்திடும் பசுந்துறலே

தாய் மண்ணும்
எம் தீந்தமிழ் கேட்கையிலே
திளைத்திடும் தாவரமே

மிதந்திடும் மீன்களும்
எம் முத்தமிழ் கேட்கையிலே
மின்னிடும் மரகதமே

மரபுசார் தமிழும்
தந்திடும் தெளிவே
அறிவுசார் தமிழும்
அடைந்திடும் பொலிவே

-ஆ.லோகேஷ்வரன்

முதுமையின் தனிமை

முதுமையின் தனிமையில்
பொழுதைக் கழிப்பதற்காக - தன்
இளமையில் இனிமைக் கண்ட
பொழுதுகளை நினைத்து
ஆனந்தம் கொள்கிறாள்
முதியோர் இல்லத்தில்
மனமுடைந்த மூதாட்டி!

- கா. அ. பாத்திமா ஜாப்ரின்

தொலைதூர காதல்!

விழிகளில் கலக்காமல்
ஸ்பரிசங்கள் தீண்டாமல்
என்னுள் நுழைந்து
என்னை ஆள்பவன் அவன்.

பல ஜென்மங்களாய்
எனக்குள் இருக்கும்
ஏக்கங்களை போக்கிட
வந்தவன் அவன்.

காடு மலைகள்
தாண்டி இருந்த
போதிலும் என்னுள்
இருப்பவனும் அவனே..

தனிமை என்னை
வாட்டும் போதெல்லாம்
மங்கிய உருவமாய்
தோன்றி சிரிப்பவனும் அவனே.

பிம்பகாட்டியில் முகம்
பார்க்கும் போதெல்லாம்
பின்னிருந்து அணைப்பவனும் அவனே..

வேலைகளுக்கு நடுவில்
என்னை நினைக்க
மறவாதவனும் அவனே.

வேலைகளின் காரணமாய்
இருவார்த்தைகள் பேசிக்
கொள்ள இருமாதங்கள்
காத்திருப்பவனும் அவனே.

ஷர்மின் ஸ்டுவர்ட்

ஒருவருக்குள் ஒருவரை
இழந்த பின்பும்
ஒருவருக்கருகில் ஒருவர்
இருக்க முடியா
விதிதான் காதலோ?

காதலித்து சுற்றி
திரிய ஆசைகள்
கோடி இருப்பினும்
பார்க்கக்கூட முடியா
தூரத்தில் இருப்பதுதான்
தொலைதூர காதலோ?

என்றாவது ஒருநாள்
ஓர் நொடியேனும்
அவன் தோள்
சாய்ந்து உறங்கிடக்கூடுமோ?

பல சராசரி ஆசைகளையும்
மனதிற்குள் பூட்டி
சகஜமென வாழும்
வாழ்க்கை தான்
தொலைதூர காதலோ?

இவை அனைத்தும்
ஒருபுறம் இருக்க
தொலையாமல் தேடி
கொண்டே இருக்கின்றேன்
தொலைதூர காதலின்
அருகாமையை

-மலர்பாலா

வேண்டும்

ஜெயம் பெற வேண்டின்
செயல்பட வேண்டும்.
செயல்களனைத்தும் சிறப்பானதாயிருக்க வேண்டும்.
வெற்றியே உனது இலட்சியமென
வீராப்பாய் சொல்லி செயல்பெட வேண்டும்.

வெற்றியின் போது உற்சாகம் வேண்டும்.
தோல்வியின் போது துவண்டுவிடாமலிருக்க வேண்டும்.
மன தைரியம் என்றும் நீ கொண்டிரல்
வேண்டும்.
முயற்சியை இறுதி வரை கடைபிடித்திடல்
வேண்டும்.
முடித்திடுவேன் என்றே எண்ணிடல்
வேண்டும்.
முயலாமையை இன்றே அழித்திட வேண்டும்.
வெற்றிக்கம்பம் அருகில் என்றே நீயும் எண்ணிடல்
வேண்டும்.
அதை அடைந்திட நீதியாய் நடந்திடல்
வேண்டும்.
தோல்வியை ஆசானாய் நீ ஏற்றிடல்
வேண்டும்.
அது நிரந்தரமன்று என அறிந்திடல்
வேண்டும்.
தடைகளைத்தாண்டி தகர்த்திடல் வேண்டும்.

ஏற்றி விட்டவர்களை என்றும் நினைவில் வைத்திடல்
வேண்டும்.
எதற்கும் அஞ்சா நெஞ்சம் வேண்டும்.
பொறாமை இல்லா எண்ணம் வேண்டும்.
பெருமையில்லாமல் வாழுதல் வேண்டும்.

ஷர்மின் ஸ்டுவர்ட்

பிறரின் துன்பம் அறிந்திடல் வேண்டும்.
பரிவாய் நாமும் உதவிடல் வேண்டும்
எவருக்கும் தீமை செய்யாமலிருக்க வேண்டும்.
எப்போதும் நீயும் புன்னகைத்திடல்
வேண்டும்.
நம்பிக்கை என்றும் துணையாய்
வேண்டும்.
நன்றே நீயும் செய்திடல்
வேண்டும்.
நலமாய் நீயும் வாழ்ந்திடல் வேண்டும்

-பாத்திமா பவ்ஸ்

அவள்

நிலவொளியில் அவளுடன்
கை கோர்த்து நடக்கையிலே
நிலா அழகா
என்னவள் அழகா
என்று யோசிக்கையில்
தினம் தினம் தன்னை
மாற்றிக்கொள்ளும் நிலவை விட
என்றும் மாறா அவள்
நிலவைவிட பேரழகிதான்
என்றது மனம்!

-Fouz

ஷர்மின் ஸ்டுவர்ட்

சமூக வலைதளங்கள்*

சமூகத்தில் மாற்றமும்
சமூகத்தை சீர்படுத்தவும்
செயல்பாட்டுக்கு வந்தவை
இன்று சமூகத்தை சீர்குலைத்துவிட்டு
சிரித்துக் கொண்டிருக்கிறது!

தகவல் பரிமாற்றம்
தனிமனித சுதந்திரமென
முன்னேற்ற பாதையில் சென்றாலும்
மறுபக்கம் நடக்கும்
அவலங்கள் பல உண்டு!

தவறான செய்தி பரப்புதல்
தன் பகைக்கு பிறரை துன்புறுத்துவதென
அடுக்கிக் கொண்டு போகலாம்
ஆயிரம் தவறுகளை!

இளம் தளிர்களும் இங்கே
இன்பத்தை தொலைத்துவிட்டு
இதன் சொல்லைக் கேட்டு
இயந்திரமாக இயங்குது!

அனைத்தும் மறந்து
அறைக்குள்ளே முடக்குகிறோம்
உறவுகளை இழந்து
உண்மையற்று வாழ்கிறோம்!

ஆங்கிலேயர் ஆட்சிக்கு
அடிமை பட்ட காலம் போல்
இப்போது சமூக வலைதளங்களுக்கு
அடிமையாக அடித்தளம் போடுகிறோம்!

-நந்தினி

ஷர்மின் ஸ்டுவர்ட்

தாயவள்

வினவிடும் கணம்
விரைந்திடுமோ என் கவி
விண்ணுயர் மொழியாம்
தாய்மையது தவழ் தமிழோடு!
இன்னதென உரைத்திடுவேனோ
இனிமையின் தலைமகளை
சேய் பிறப்பிலுமவள் அதுகொள்
தாய் சிரிப்பிலுமவள்!
தந்தை யன்பிலவள் அது மறை
தியாகம் உரைப்பாளவள்!
பருவங்கள் மாறுமவளோடு எதிர்
துருவங்கள் ஈர்க்குமவள் துணையோடு!
இணைந்திடும் பந்தம்
இனிந்திடவே அவளும்
கனிந்திடுவாள் வாய்மொழியாய்!
விழியில்லா தவனும் வழியறியும்
ஒளியது வானவர் மயங்கும்
அவள் மொழியோடு
அஃதே என் தமிழ் அவள்
என் தாயினும் உயர்ந்தவள்!

-அன்னையின் செல்வன் சிவா

அன்பின் பிறப்பிடம்

நிழல் தேடி அலைந்தேன்
தோப்பொன்றே காத்திருந்தது
என் வரவுக்காக இங்கே

தோப்பிலே ஆயிரம்
மரக்கிளையாக பூத்துக்
குலுங்கும் உறவுகளாய் நாமும்

உறவாய் பூத்த நமக்கு
காயாய் பலதுன்பம் பிறந்தும்
பழமாய் துணையிருந்தோம்

இணைந்திருந்தோம் இசையாக இயைந்திருந்தோம்
இன்பமாக
மரத்தின் பட்சிகளாகவும் நாங்களே

நாங்களும் மின்னலென கடந்து
துள்ளிக் குதித்து பரவச வெளியில் பறவையானோம்
எங்களின் உலகினிலே

உலகிலும் பலவகை உண்டாம்
அவையாவை துலா பாரத்தில் நிறுத்தியும்
எங்கள் அன்பின் முன்னே யாவும் மேலே

மகிழ்ச்சியின் பாரம் தாங்கும் மனமோ
மற்றவர் கண்ணீர் கண்டால் உடன்
மருந்தாய் மாறி ஆறுதல் அளிக்குமே

ஷர்மின் ஸ்டுவர்ட்

ஆறுதல் அன்பிற்கு அடிமையாம்
உள்ளம் வலி மறக்க வைக்கும் அற்புத
மருந்தாம் அன்பு உறவுகளின் பந்தமே

பலதிசை முகமறியா உறவுகளை
ஒரே அன்பு கூட்டில் இணைத்த கூட்டம்
இது அன்பின் பிறப்பிடமாம்

உலக உருண்டைக்குள் சுழலும்
குட்டி உலகம் கனவுக்கு வழிகாட்டும்
கயமையின்றி கரம் கோர்க்கும்

இணைந்த கைகளாக யாவரும்
ஒன்றென வலம் வருவோம் - ஆயுள்
முழுதும் இதே அன்பை நிலைத்திருப்போம்

குறையா அன்பிது - மாறா பந்தமிது
வெள்ளந்தி மனங்களிது - பிறரை
ஏற்றிவிட்டு கைதட்டும் கூட்டமிது

வாடாத மலர்களும் என்றோ
ஓர் நாள் வாடிய காலமது வருமே
அன்றும் எங்கள் அன்பு மாறா நிலையே.!

-குட்டிசாத்தான்கள்

முகமறியா நட்புகள்

நேரில் கண்டதில்லை
நெருங்கிய இவ்வுறவுகளை !
இவ்வுறவுகள் கிடைத்திடத்தான்
என்ன தவம் செய்தேனோ !
தவமிருந்தும் கிடைக்காத
வரமன்றோ நம் பந்தங்கள் !
பந்தங்களானோம் பார்த்ததுமே
இணைந்தோம் புலனக்குழுவாலே !
புலனத்தில் பழகினாலும் உயிரில் கலந்த உறவாக
மாறினோமே !
மாறும் இவ்வுலகில் பேதமில்லா
பேசத் தடையில்லா முகமறியா நட்பு !
நாடுகடந்து நீள்கிறது
நம்மை பிணைக்கும் நட்புக்கரம் !கரம் ஒன்றை தந்து
கவலைகள் மறக்க செய்யும் உன்னதமான நட்பு !
அன்பால் பிணைக்கப்பட்ட
அற்புத உறவு - கண்காணாத
போதும் கண்ணான உறவு !

உறவின் கூடாரமாய் எழுத்துக்கள்
நம்மைப் பிணைத்திட்டதோ !
தூரதேசம் இருந்தாலும்
தொப்புள்கொடி உறவுகளாய் நாம் !
நட்பெனும் தேறல் நம் -அகத்தில்
நிறையும் அன்பின் தூறல் !
அழகாய் பேசிடும் தேவதைகள்
அன்பை அள்ளி தந்திடுவார்கள் !
அன்பென்ற குடைக்குள்
அழகு தேவதைகள் - பாசமென்ற
பாதையில் கைகோர்த்த பந்தங்கள் !

ஷர்மின் ஸ்டுவர்ட்

நிகழ்நிலை உறவுகளாயினும் என்றும்
மனதிலே நிலைத்து நிற்குமே
நம் நட்பெனும் பந்தம் !
பந்தமும் நம் சொந்தமும் பாச
நெகிழ்விலே - நீண்டுத்தான்
போகுமே முடிவிலாப் பாதையாய் !
முடிவிலா பாதையாய் சென்றாலும்
நம் செல்லும் வழியெல்லாம்
பறைசாற்றுவோம் நம் பாசத்தை !
நட்பென்னும் நந்தவனம்
நாளும் நறை கொடுக்கும்
தொட்டுத் தொடருமே தோய்ந்து !
பாசத்திற்கு நானும் பரிதவித்த வேளை
பறந்து வந்த இத் தேவதைக்
கூட்டத்தோடு சேரவைத்ததிந்த நட்பு

-தேவதைகள்

சொல்லாத காதலின் தவிப்பு!

மாலை நேரத்தில்
மற்றவர் துணையின்றி
நான் தனித்திருக்கையில்
சட்டென்று என்மேல்
கருமுகில் படர
உடன்வந்தது
மழையல்ல! மோகம்!
காரணம்
என்மேல் படர்ந்தது
மேகமல்ல?
என் மனம் கவர்ந்த
மலரின் நிழல்!

அவள் வரும் வரை
வீசிய தென்றலும் சுகம் தரவில்லை!
அவள் வந்த பின் என் விழிகள்
அவளை விட்டு நீங்கவில்லை!

அவளால் வந்த மயக்கம்
அவள் சென்ற பின்னும் இருக்கும்!

அவள் இல்லாத பொழுதில்
அவளுடன் பேச
ஆயிரம் கதைகள் மனதில்
அசை போட்டிருந்தேன்....

அவளை கண்ட நொடியில்
அவைகளோடு என்னையும் மறந்தேன்!

ஷர்மின் ஸ்டுவர்ட்

என் மனதோடு பேசியதை
வாய் திறந்து பேசியிருந்தால்
அந்த காற்றாவது
அவளிடம் சொல்லியிருக்கும்!

என் மனதின் ஓசையை
அவள் மனம் உணர்ந்தும்
வாய் திறந்து பேசாத
ஊமையாகி போனோம்!
அவள் பேசட்டும் என நானும்
நான் பேசவேண்டும் என அவளும்!

சந்தித்த நேரத்தில் எல்லாம்
மௌனத்தை பேச விட்டு
பேச்சை மறந்த
பாவை போல் ஆனோம்....

நேரம் உருண்டோடிப் போக
பார்வை மட்டுமே பேச
எங்கள் மௌனத்தை கலைக்க
வந்தது அவளின் அலைபேசியின்
அழைப்பு மணியோசை!

அலைபேசியை உயிர்ப்பித்தவள்
உடன் வருகிறேன் என்று அணைக்க
நானும் அணைத்து விட்டேன்....
அவள் அணைத்தது அலைபேசியை!
நான் அணைத்ததோ அவளை!

அவளை அணைத்த நொடியில்
விடுபட்டது காதல்!
இருவரது மனச்சிறையில் இருந்தும்!

கலைந்தது மௌனம் மட்டும் அல்ல
கனவும் தான்... நடந்தவை எல்லாம்

நிஜத்தில் அல்ல! கனவில்!

-பிரமிளா சபாபதி

பேனா நினைவு

மைத் தூவல் முதலில்
என் மீது தூறியது எப்போது?
நினைவில்லை.

மூன்றாம் வகுப்பில்
முதன்முதலாய் பேனா
பிடித்த நினைவு.
ஏப்ரல்-1 அன்று
வெள்ளைச்சட்டையில்
யாரோ மை அடித்த ஞாபகம்.
அது முதல் மைத்தூவல்

அம்மா சேலையில்
கிடந்த மைத் தூவல்
பால் கணக்கு எழுதியதால்.

அப்பாவின் உள்ளங்கையில்
கிடக்கும் மைத் தூவல்
குடும்ப வரவுசெலவுகணக்கெழுதி அதில் வரவைவிட
செலவே அதிகம்.

திண்ணையில் கிடக்கும்
பாட்டியின் விரல்களில் மைத்தூவல் அஞ்சல்காரர் கொடுத்த
மணியாடரில் பதித்த
ரேகையின் மிச்சம்.

மளிகைக்கடைகாரரைச்
சுற்றிய இடமெங்கும்
கிடக்கும் மைத் தூவல் கடன் கணக்கெழுதிவந்தது.

தேர்வறை மேசையின் மீது
காலங்காலமாய் தூவிய மைத்தூவல்கள்.
மாணவர்களின்
சிந்தனை, பதற்றம், பயம்,
சரியான நேரத்தில் எழுதாத பேனா
இவைகளின் கலவையாய் கிடக்கிறது.

எத்தனை எத்தனை
கைப்பேசி, கணிப்பொறி, மடிக்கணினியில் எழுதினாலும்
மனம் நிறையாது.
எங்கெங்கு மைத் தூவலைப் பார்த்தாலும் பேனா
பிடித்தவர்கள் பாக்கியசாலிகளாகவே தோன்றுகிறார்கள்.

-ப. நந்தினி

<hr>

என் அக்கா

பூஞ்சோலையாக வசிப்பிடத்தை
பூத்துக்குலுங்க வைக்கவே
பூவினங்கள் புன்னகைக்க
பூவுலகில் பூத்த மலரே என் அக்கா

மலர்களின் மென்மையும்
மழைச்சாரலின் பண்பையும்
மாசற்ற எண்ணங்களையும்
மனதினில் கொண்டவள் என் அக்கா

இதழோரம் என்றுமே குறுநகை
இன்பத்தினை வாரிவழங்க
இதமான உன்னத உறவுகள்
இல்லையே வாழ்வில் துன்பங்கள்

வானவில்லின் வண்ணமாக
வசந்தங்கள் சூழ்ந்த வாழ்வில்
வண்ணிமய வாழ்வும் கிட்டிடுமே
வாழ்வுதனில் ஏற்றமும் தோற்றம் பெறுமே

இதயத்திலிருந்து வரும் இசைகள்
இனிய என் அக்காவின் ஓசைகளே
இனிதே உதிர்க்கின்றதே சொற்கள்
இனிமையே உந்தன் மழலை மொழியிலே

-வனிதா

ஷர்மின் ஸ்டுவர்ட்

ஷர்மின் ஸ்டுவர்ட்